आंतरराष्ट्रीय बेस्टसेलरचे युवकांसाठीचे विशेष संस्करण

YOUNG ADULT EDITION

मॅन्स सर्च फॉर मिनिंग

व्हिक्टर ई. फ्रँकल

'द बॉय इन द स्ट्रिप्ड पायजामा' चे लेखक जॉन बॉयने यांना भावलेलं पुस्तक

मॅन्स सर्च फॉर मिनिंग

युवकांसाठीचे विशेष संस्करण

प्रकाशक : वॉव पब्लिशिंग्ज् प्रा. लि. पुणे

मुद्रक : ट्रिनिटी अकादमी, फॉर कॉर्पोरेट ट्रेनिंग लि., पुणे

प्रथम आवृत्ती : एप्रिल 2022

रीप्रिंट : मे 2025

अनुवादक : **जुई नाडकर्णी**

ISBN - 978-93-90607-64-8

Man's Search for Meaning A Young Adult Edition या मूळ इंग्रजी पुस्तकाचा मराठी अनुवाद

Man's Search for Meaning
by Viktor E. Frankl

समर्पित

माझ्या आईच्या आठवणींमध्ये...

अनुक्रमणिका

प्रस्तावना

मी पंधरा वर्षांचा असताना, मे महिन्याची सुट्टी लागण्याच्या एक दिवस आधी, माझ्या इंग्रजीच्या शिक्षकांनी आमच्या वर्गात येऊन एक यादी वाचून दाखविली, ज्यात चाळीस पुस्तकांचा समावेश होता. ''सुट्टीमध्ये यातील काही पुस्तके तुम्ही वाचावीत अशी माझी इच्छा आहे,'' ते म्हणाले. ''मी काही नंतर तुमची परीक्षा घेणार नाही. तुम्ही काय वाचलं, ते विचारणार नाही किंवा त्या पुस्तकांवर एखादा लेख लिहायला सांगणार नाही. परंतु यातील प्रत्येक पुस्तक साहित्यातील एक सुंदर आविष्कार आहे व माझ्यासाठी अत्यंत महत्त्वपूर्ण आहे आणि तुम्हीसुद्धा जर ह्या पुस्तकांना एक संधी दिलीत, तुमच्या जीवनात ह्या गोष्टींना, यातील कथनाला प्रवेश दिलात, तर तुमचा जगाकडे पाहण्याचा दृष्टिकोनच बदलून जाईल. आणि ती पुस्तकं तुमच्यामध्ये परिवर्तन घडवून आणतील.''

बहुतेक पुस्तकांची नावं मला अपरिचित होती. जरी हा प्रांत माझ्यासाठी नवा असला तरी मी माझ्या व्यक्तित्व विकासाच्या अशा टप्प्यावर होतो, जिथे माझ्यात साहित्यासंबंधी आवड निर्माण व्हायला सुरुवात झाली होती. लिखाण आणि वाचन अत्यंत प्रिय असल्यामुळे मी त्या पुस्तकांच्या यादीने भारावलो आणि दुसऱ्या दिवशी सकाळीच सायकलवर स्वार होऊन मी आमच्या गावातील पुस्तकांच्या दुकानाला भेट दिली. माझी ही पुस्तकयात्रा कोठून सुरू करावी, हे ठरवायला मला बराच वेळ लागला आणि शेवटी प्रिमो लेवी यांच्या 'इफ दिस इज ए मैन' ह्या पुस्तकाने सुरुवात केली.

ह्या पुस्तकाचा माझ्यावर खोल परिणाम झाला. आता या गोष्टींचं आश्चर्य वाटेल, परंतु १९८५च्या सुमारास आयर्लंडमध्ये आमच्या शालेय अभ्यासक्रमात 'होलोकॉस्ट'बद्दल काहीही माहिती नव्हती. दुसऱ्या महायुद्धासंबंधी टेलिव्हीजनवर पाहिलेले काही मोजके चित्रपट व वाचनालयातून आणलेली काही मोजकी पुस्तके वगळता मला या विषयाची ओळख वरील पुस्तकाने करून दिली. माझ्या पुढील आयुष्यात मला या विषयाबद्दल जेवढे आकर्षण निर्माण झाले, तेवढीच भीती ही

उत्पन्न झाली. जरी शेवटची मृत्युछावणी कायमची बंद झाल्यानंतर २५ वर्षांनी माझा जन्म झाला असला, तरी हा विषय माझ्या स्वतःच्या जीवनगाथेचा महत्त्वपूर्ण भाग बनणार होता.

आणि वाचनाच्या बाबतीत बऱ्याच वेळा जे घडतं तेच घडलं. त्या उन्हाळी सुट्टीत मला एका पुस्तकाने दुसऱ्या पुस्तकापर्यंत नेऊन सोडलं आणि दुसऱ्याने तिसऱ्यापर्यंत. लवकरच मी माझ्या सरांनी दिलेली यादी बाजूला ठेवली व माझ्या पुढच्या प्रवासाची सूत्रं त्या लेखकांच्या आणि त्या गोष्टींच्या हाती सोपविली. प्रिमो लेवी यांचं आत्मचरित्रात्मक लेखन, यानंतर मी हिटलरचं आत्मचरित्र वाचलं, जो माझ्यासाठी अविस्मरणीय अनुभव होता. ॲनी फ्रँक व एली विसेल यांचं लिखाण, त्याचबरोबर इतिहासाची पुस्तकं वाचून काढली. आणि मग जेव्हा सुट्टी संपत आली होती व पुढच्या वर्षीच्या गणवेशासाठी आमची मापं घेतली जात होती, तेव्हा व्हिक्टर ई फ्रँकल यांच्या 'मॅन्स सर्च फॉर मिनिंग' ह्या पुस्तकाचा मला शोध लागला. खरंतर पुस्तकाच्या नावामुळे मी थोडा घाबरलो. परंतु इतिहासातील सर्वांत भयावह कालखंड – जेव्हा मानवजातीने आपण क्रूरपणाच्या कोणत्या थराला पोहोचू शकतो, याचं प्रदर्शन मांडलं होतं – तो समजून घेण्याच्या माझ्या प्रयत्नात ह्या पुस्तकाचा अभ्यास करणं अगदी क्रमप्राप्तच आहे असं मला वाटलं.

लेवी, विसेल, ॲनी फ्रँक यांच्याप्रमाणेच फ्रँकल यांच्या पुस्तकाचा माझ्यावर खूप खोल परिणाम झाला. जेव्हा १९८६मध्ये मी ते वाचलं तेव्हा आणि पुन्हा तीस वर्षांनी ह्या पुस्तकाची प्रस्तावना लिहीत असताना पुन्हा एकदा वाचलं, तेव्हादेखील हा अत्यंत अमानुष अनुभव घेताना कैद्यांना जे जाणवलं, त्याचं लेखकाने केलेलं विश्लेषण अगदी सुस्पष्ट व ओघवतं आहे असं लक्षात आलं आणि आश्चर्य म्हणजे त्यात कोठेही कटुता डोकावत नाही. आपल्या घरातून जबरदस्तीने बाहेर काढून अगदी अपरिचित व भयानक जागी नेऊन ठेवल्यामुळे कैद्यांना बसलेला प्रचंड धक्का, दहशत, भीती असे अनुभव, विजेच्या तारांच्या कुंपणातून सतत मृत्यूच्या छायेत वावरत असताना आयुष्याशी केलेली तडजोड व त्यामुळे मनाची होणारी घालमेल. कैद्यांना स्वतःला फक्त जिवंत ठेवण्यासाठी धडपड करणं ज्यामुळे भाग पडलं, ती मानवातील मूलभूत अशी जगण्याची ऊर्मी आणि जे कैदी ह्या महाभयानक परिस्थितीतून वाचले व मुक्त होऊन एका सर्वस्वी बदललेल्या नव्या दुनियेत दाखल झाले आणि ज्यांना घडलेल्या घटनांचा स्वीक-ार करायला पुढील अनेक वर्षे लागली, अशा कैद्यांच्या उद्ध्वस्त मानसिकतेवर

झालेले परिणाम.

फ्रँकल 'तग धरून जिवंत राहणे' ह्या शब्दांचा आपल्याला नव्याने विचार करायला लावतो. ह्या छावण्यांमधून कोणी खरोखर बचावले का? मी तरी खात्रीने असं म्हणू शकत नाही कारण हा अनुभव इतका महाभयंकर होता, त्या आठवणी इतक्या क्रूर होत्या, प्रियजनांना गमावल्याचं दुःख इतकं तीव्र होतं, की मनावर त्याचं प्रचंड ओझं झालं असावं.

ह्या छावण्यांतील कैद्यांनी, लिहून ठेवलेल्या प्रत्येक आठवणी वेगळ्या आहेत व धक्का देणाऱ्या आहेत. माझ्यासाठी मात्र फ्रँकलच्या पुस्तकातील आगळावेगळा अनपेक्षित घटक म्हणजे त्याचा ठाम विश्वास की आपल्या अस्तित्वाचा प्रत्येक क्षण – आनंदी, दुःखी, औदार्याचा किंवा क्रूरतेचा – आपल्याला जीवनाचा वैयक्तिक अनुभव देत असतो आणि तो आहे तसा आपल्याला स्वीकारायला हवा. ह्या संकल्पनेत दुःख सहन करण्याचा एक आत्मसंयम आहे, ज्याचं आकलन होण्यासाठी थोडा वेळ लागतो. खरंतर ते पूर्णपणे जाणून घ्यायचं असेल तर फ्रँकलने घेतलेला अनुभव आपणाला स्वतःला घ्यावा लागेल. परंतु ह्या आत्मसंयमानेच लेखकाला दररोज तग धरून राहण्याचं सामर्थ्य दिलं आणि कालांतराने ह्या अनुभवांचा उपयोग करून लेखक अशा महान व्यक्तींच्या गटामध्ये सामील झाला, जी मंडळी अत्यंत निर्भयपणे त्यांच्या आयुष्यातील दुर्दैवी कालखंडामध्ये बुडी मारून ते अनुभव जगाला सांगायला तयार आहेत आणि तेसुद्धा स्वतःबद्दल कुठलीही कणव व बाळगता व कुठलीही कटुता न आणता. यामागे त्यांची इतकीच इच्छा आहे, की यातून सर्वांनी योग्य तो बोध घ्यावा व अशा गोष्टी पुन्हा घडणार नाहीत, याची दक्षता घ्यावी.

फ्रँकल यांची प्रगत विचारसरणी काळाच्या पुढची होती व त्यामुळे वादंग निर्माण करणारी होती. त्यांच्या मते निवडीचं स्वातंत्र्य कैद्याच्या जीवनातदेखील अगदी स्वाभाविक असतं व अगदी टोकाच्या परिस्थितीत आशा गमावणं म्हणजे अंधाराला सर्वस्वी शरण जाणं. वेगवेगळ्या व्यक्तीचं त्यांनी केलेलं विश्लेषण – मग तो कैदी असो वा रखवालदार – चकित करणारं आहे आणि त्यांचं परीक्षण करून केलेलं निदान खरोखरच धाडसी आहे. ज्यामुळे १९४६मध्ये हे लिखाण पहिल्यांदा प्रकाशित झाल्यावर काहींना ते धक्कादायक, अगदी अप्रियसुद्धा वाटलं असण्याची शक्यता आहे.

मला या पुस्तकात सर्वांत भावलेली गोष्ट म्हणजे अत्याचारग्रस्त व्यक्तींचा आणि त्यांच्या आयुष्याचा लेखकाने घेतलेला वेध. आणि मी कैदी नव्हे तर अत्याचारग्रस्त हा शब्द वापरतो कारण कैदी म्हटलं की त्याच्यासाठी तुरुंगवास योग्यच आहे असं सूचित होतं आणि अत्याचारग्रस्त ह्या शब्दातून त्या अत्याचार झालेल्या व्यक्तीचा निरपराधीपणा दिसून येतो. सद्यकाळात आणि सद्यपरिस्थितीत जन्मलेल्या कोणालाही ती सुटकेची भावना, तो मनाचा गोंधळ व सत्तेविषयी मनात दाटून राहिलेला राग याची कल्पना करता येणं शक्य नाही. मला वाटतं आपल्यापैकी कोणालाही हे पाहिल्यानंतर आयुष्यातील चांगल्या गोष्टींचा/क्षणांचा आनंद घेणं शक्य होणार नाही. मानवाचं सर्वांत घृणास्पद वर्तन पाहता तेव्हा तिथेच राहून रोजचं जगत राहणं अतिशय अवघड बनतं. मात्र प्रत्येक कैद्याला ह्या गोष्टीला सामोर जावं लागलं, ते स्वीकारावं लागलं आणि काही जणांनी इतरांपेक्षा जास्त चांगलं जुळवून घेतलं. फ्रँकलसाठी ह्या गोष्टीला हाताळण्याचा एकमेव मार्ग होता : त्यांच्याबद्दल लिहिणं.

मी लहान असतानाच व्हिक्टर फ्रँकलचा मृत्यू झाला. परंतु मी असा कादंबरीकार आहे जो स्वतःच्या कथेतून होलोकॉस्ट समजून घेण्याचा प्रयत्न करतो. त्यामुळेच सुदैवाने माझ्या कामानिमित्त वर्षानुवर्षे प्रवास करताना छावणींमधून वाचलेल्या अनेक व्यक्तींची भेट घेण्याचा मला योग आला. माझ्या व्यावसायिक जीवनातील सर्वांत नतमस्तक करणारा अनुभव म्हणजे जगभरातल्या विविध सभागृहांमध्ये, व्यासपीठावर, प्रेक्षागृहात उपस्थित असताना प्रेक्षकांतील काही जणांकडून त्यांच्या आठवणी ऐकणं, नंतर त्यांच्याशी बोलणं, त्यांची भेट घडल्यामुळे कृतज्ञता जाणवणं आणि माझ्या कल्पनाशक्तीने रंगवलेल्या गोष्टींपेक्षा त्यांच्या सत्यकथा किती अस्सल व सामर्थ्यशाली आहेत हे प्रकर्षाने जाणवणं व आपल्या योग्यतेविषयी शंका मनात येणं हे सर्वकाही मी नेहमीच हृदयात जतन करत राहीन आणि त्या संभाषणांमध्ये व्हिक्टर फ्रँकल व 'मॅन्स सर्च फॉर मिनिंग' ही नावं पुन्हा पुन्हा येत राहतात आणि इतर असे काही श्रेष्ठ लिखाणदेखील ज्यांनी ह्या कालखंडाच्या आठवणी ताज्या ठेवण्यास मदत केली आहे आणि ते सदैव करत राहील - तो वारसा पुढे जात राहील.

आपण याबद्दल का लिहीत राहतो? हा प्रश्न सतत विचारला जातो. मला वाटतं, उत्तम दर्जाच्या काल्पनिक कथा, सत्यकथा व स्मृतिकथा ह्या चर्चा, टीका, ध्यास या गोष्टींना प्रेरणा देतात. याशिवाय राजकारण व धार्मिकता यांच्यापेक्षा अगदी

वेगळं म्हणजे साहित्यातील आनंद या मतभेदांना सामावून घेतो, वादविवादांना चालना देतो आणि आपल्या जवळच्या मित्रांबरोबर व प्रियजनांबरोबर कळकळीने चर्चा करण्यास प्रोत्साहन देतो. आणि या सगळ्यामध्ये कोणी दुखावलं जात नाही, कोणाला जबरदस्तीने घराबाहेर काढलं जात नाही आणि कोणी मृत्युमुखी पडत नाही.

व्हिक्टर फ्रँकलला हे उमगलं असावं, कारण 'मॅन्स सर्च फॉर मिनिंग' हे अशाच प्रकारचं पुस्तक आहे. ते वाचायला हवं, हृदयात जतन करायला हवं, त्यावर वादविवाद, चर्चा व्हायला हवी आणि ते असं पुस्तक आहे ज्यातून अत्याचारग्रस्तांच्या आठवणी जिवंत ठेवायला हव्यात.

- जॉन बॉयन

जॉन बॉयन याने प्रौढांसाठी अनेक पुस्तके लिहिली आहेत व तरुण वाचकांसाठी पाच पुस्तके लिहिली आहेत, ज्यात 'द बॉय इन स्ट्रिप्ड पायजमा' या पुस्तकाचा समावेश आहे.

१९९२च्या आवृत्तीसाठी लेखकाचं निवेदन

ह्या पुस्तकाच्या इंग्रजीमध्ये शंभराहून जास्त आवृत्त्या निघाल्या आहेत. याखेरीज इतर एकवीस भाषांमध्ये त्याचा अनुवाद झाला आहे. आणि इंग्रजीत त्याच्या तीन लाखांहून जास्त प्रती विकल्या गेल्या आहेत.

ही अगदीच ढोबळ माहिती झाली आणि म्हणूनच अमेरिकेतील पत्रकार व विशेषतः टेलिव्हिजनचे मुलाखतकार अनेकदा त्यांच्या मुलाखतीची सुरुवात करताना माहिती सांगतात व नंतर मला विचारतात : डॉ. फ्रँकल, तुमचं पुस्तक खरोखरच अत्यंत लोकप्रिय झालं आहे. ह्या यशाबद्दल तुम्हाला काय वाटतं? ज्यावर मी अशी प्रतिक्रिया देतो की, माझं पुस्तक लोकप्रिय होणं हे माझ्या दृष्टीने वैयक्तिक यशाचा व सिद्धीचा भाग नसून सद्यकाळातील दुःखाचं एक व्यक्तरूप आहे : लाखो लोक जर ह्या पुस्तकाची निवड करत आहेत, ज्याचं शीर्षक जीवनाचा अर्थ या प्रश्नाची उकल करण्याचं आश्वासन देतं, तर हा प्रश्न नक्कीच त्यांना प्रकर्षाने भेडसावत असणार.

या पुस्तकाच्या यशामागे अन्य कशाचं तरी निश्चितच योगदान असावं : त्याच्या दुसऱ्या भागात मांडलेले सिद्धांत (थोडक्यात प्रस्तुत केलेली लोगोथेरपी म्हणजेच पहिल्या भागात आलेलं चरित्रपर वर्णन. (मृत्यूच्या छावणीमधील अनुभव) त्यामधून काढलेला सारांश, निष्कर्ष, मथितार्थ आणि हे सिद्धांत पडताळून पाहायचे असतील तर त्यासाठी पहिल्या भागाचा आधार घ्यावा लागतो. अशा प्रकारे दोन्ही भागांची विश्वासार्हता एकमेकांवर आधारलेली आहे.

१९४५ मध्ये मी जेव्हा हे पुस्तक लिहिलं, तेव्हा मी असा कुठलाही विचार केला नव्हता. आणि मी ते सलग नऊ दिवसांत लिहून संपवलं होतं. ते निनावी प्रकाशित व्हावं असं मी नक्की ठरवलं होतं. खरंतर पहिल्या मूळ जर्मन आवृत्तीच्या मुखपृष्ठावर माझं नावं छापलं नव्हतं, परंतु शेवटच्या क्षणी माझ्या मित्रमंडळींनी पुस्तकाच्या किमान पहिल्या पानावर माझं नाव छापायला मला भरीस पाडलं. मात्र सुरुवातीला हे निनावी लिखाण असल्यामुळे त्याच्या लेखकाला साहित्यक्षेत्रात नावलौकिक मिळणं शक्य नाही, असा माझा दृढविश्वास होता. मला फक्त

माझ्या उदाहरणातून वाचकांपर्यंत हे पोहोचवायचं होतं की, कोणत्याही परिस्थितीत अगदी सर्वांत दयनीय अवस्थेतही, जीवन अर्थपूर्ण होऊ शकतं. आणि मी असा विचार केला की छळछावणीसारख्या अत्यंत बिकट परिस्थितीचं उदाहरण देऊन हा मुद्दा मी पटवून दिला, तर माझ्या पुस्तकाला मोठा वाचकवर्ग मिळू शकेल. या छळछावणीत मी ज्या यातना भोगल्या, त्या जर कदाचित शब्दात मांडल्या तर निराशेने पछाडलेल्या अनेक व्यक्तींना ते उपयुक्त ठरू शकेल, असं मला वाटलं.

मी लिहिलेल्या डझनभर पुस्तकांपैकी अगदी हेच पुस्तक ज्याचं निनावी प्रकाशन करण्याचा माझा हेतू होता – ज्या योगे लेखकाला नावलौकिक कमावता येऊ नये – तेच प्रचंड यशस्वी ठरलं. हे माझ्यासाठी अतिशय आश्चर्यकारक आणि विशेष नमूद करण्यासारखं आहे. त्यामुळे माझ्या युरोप व अमेरिकेतील विद्यार्थ्यांना मी पुन्हा पुन्हा हा सल्ला देतो की, यशाच्या मागे लागू नका, जेवढं यशामागे लागाल तुम्ही तेवढंच ते तुमच्यापासून लांब जाईल. आनंदाप्रमाणे यशाचादेखील मागोवा घेणं शक्य नाही. ते आपोआप मिळायला हवं आणि जेव्हा एखादा स्वतःपेक्षा महान असलेल्या कार्याला वाहून घेतो किंवा स्वतः सोडून इतर कोणा व्यक्तीला समर्पित होतो, तेव्हा अगदी अनपेक्षितपणे दुय्यम भेटवस्तू म्हणून ते मिळतं. आनंद सहजच मिळायला हवा आणि यशाच्या बाबतीतही तेच खरं आहे. यशाकडे फारसं लक्ष न पुरवता ते तुमच्यापर्यंत आपोआप आलं पाहिजे. मला वाटतं की तुमचं अंतर्मन तुम्हाला काय करायला सांगतं ते तुम्ही लक्षपूर्वक ऐकायला हवं आणि ते तुम्ही सर्वस्व पणाला लावून पार पाडायला हवं. मग तुमच्या ध्यानात येईल की येणाऱ्या काळामध्ये – मी दीर्घकाळ म्हणतोय – यश तुमच्या मागेमागे येईल. कारण आता तुम्ही त्याचा विचार करायचाच विसरून गेला होतात.

वाचकांना असा प्रश्न पडतो की, हिटलरने ऑस्ट्रियाचा ताबा घेतल्यानंतर जे काही घडलं तेव्हा मी ऑस्ट्रियातून पलायन करण्याचा प्रयत्न का केला नाही? या प्रश्नाच्या उत्तरादाखल मी पुढील गोष्ट सांगणार आहे. अमेरिकेने दुसऱ्या महायुद्धात प्रवेश करण्याच्या थोडं आधी मला व्हिएन्नामधील अमेरिकेच्या वकिलांच्या ऑफीसकडून भेटीचं निमंत्रण मिळालं होतं. अमेरिकेत कायमच्या वास्तव्यासाठी लागणारा व्हिसा मला देऊ करण्यात आला. माझ्या म्हाताऱ्या आईवडिलांना खूप आनंद झाला की आता लवकरच मला ऑस्ट्रिया सोडता येईल. मी मात्र याबाबत साशंक होतो. मला ह्या प्रश्नानी घेरलं होतं : मी माझ्या आईवडिलांना त्यांच्या नशिबाला तोंड द्यायला – जे होतं लवकरच मृत्युछावणीत किंवा छळाच्या छावणीत

पाठवलं जाणं - एकटं सोडून जाऊ शकतो का? माझं कर्तव्य नक्की काय आहे? अमेरिकेसारख्या सुपीक मातीत स्थलांतर करणं जिथे मला पुस्तक लिहिता येतील व ज्यायोगे लोगोथेरपी या मीच तयार केलेल्या बालकाचं संगोपन करता येईल? की मी एक पाल्य म्हणून माझ्या पालकांबद्दल असलेल्या जबाबदाऱ्या म्हणजेच त्यांचं संरक्षण करणं याकडे लक्ष केंद्रित करावं? मी या प्रश्नाचा सर्वांगाने विचार केला परंतु मला उत्तर सापडलं नाही; ह्या द्विधा अवस्थेतून बाहेर पडण्यासाठी मला एखाद्या ईश्वरी संकेताची आवश्यकता होती.

आणि तेव्हाच माझं लक्ष टेबलवर असलेल्या संगमरवराच्या एका तुकड्याकडे गेलं. जेव्हा मी माझ्या वडिलांना त्याबद्दल विचारलं, तेव्हा ते म्हणाले की नॅशनल सोशलिस्ट नाझी पार्टी मंडळींनी व्हिएन्नामधील सर्वांत मोठा सिनागॉग (ज्यू लोकांचे प्रार्थनास्थळ) बेचिराख केला, त्या ठिकाणी त्यांना हा तुकडा सापडला. त्यांनी तो घरी आणला कारण शिलालेखावर ज्या दहा आज्ञा कोरलेल्या असतात, त्याचा तो तुकडा होता. त्या तुकड्यावर सोनेरी रंगात एक अक्षर कोरलं होतं. माझ्या वडिलांनी सांगितलं की हे अक्षर एका आज्ञेचं प्रतिनिधित्व करतं. उत्सुकतेने मी विचारलं, कोणती आज्ञा? ते म्हणाले, तू आपल्या पित्याचा व आपल्या मातेचा मान राख म्हणजे ईश्वराने दिलेल्या देशात तुला दीर्घायुष्य लाभेल. त्या क्षणी मी ठरवलं की आपल्या मातृभूमीत आईवडिलांजवळच राहायचं आणि अमेरिकेचा व्हिसा नाकारायचा.

व्हिक्टर ई फ्रँकल

व्हिएन्ना, १९९२

मृत्यूच्या छावणीमधील अनुभव

1

हे पुस्तक असा दावा करत नाही की ते सत्य घटना व घडामोडी यांचा आढावा घेतं; तर जे अनुभव लाखो कैद्यांनी पुन्हा पुन्हा सोसले, त्या व्यक्तिगत अनुभवांचं कथन हे पुस्तक करतं. ही मृत्यूच्या छावणीमधील आतल्या गोटातील गोष्ट आहे. त्यातून बचावलेल्या एका कैद्याने सांगितलेली. महाभयंकर अत्याचारांचं वर्णन अनेक वेळा केलं गेलंय. परंतु ही गोष्ट आहे रोज रोज केल्या गेलेल्या छोट्या छोट्या छळांची. थोडक्यात म्हणजे ती पुढील प्रश्नाचं उत्तर देण्याचा प्रयत्न करते. मृत्यूच्या छावणीतील दैनंदिन जीवनाचं चित्र सर्वसामान्य कैद्याच्या मनात कशा प्रकारे प्रतिबिंबित झालं होतं?

ह्या पुस्तकात वर्णन केलेले बरेचसे प्रसंग मोठ्या व विख्यात अशा छावणीत घडलेले नसून छोट्या छावण्यांमध्ये जिथे खराखुरा संहार झाला, तिथे घडले आहेत. ही गोष्ट महान व्यक्तींनी व हुतात्म्यांनी सोसलेल्या वेदना व मृत्यूविषयी नाही किंवा प्रमुख कॅपोस (विश्वस्त म्हणून काम करणारे काही कैदी ज्यांना विशेष अधिकार दिले होते) व प्रसिद्ध कैदी याबद्दलदेखील नाही. ही गोष्ट प्रबळ, सामर्थ्यशाली व्यक्तींच्या दुःखाबद्दल नसून मोठ्या संख्येने असलेल्या अपरिचित, सर्वसामान्य कैद्यांच्या त्यागाची, सुळीवर चढण्याची, मृत्यूची आहे. बाहीवर कसलीही विशेष खूण नसलेल्या ह्या साध्यासुध्या कैद्यांचा खरंतर कॅपोस तिरस्कार करायचे. ह्या सामान्य कैद्यांना कधी अगदी थोडं तर कधी काहीही खायला नसायचं व कॅपोस मात्र कधीही उपाशी राहिले नाहीत; अनेक कॅपोसच्या बाबतीत त्यांचं छावणीतील आयुष्य त्यांच्या बाहेरील आयुष्यापेक्षा जास्त सुखावह होतं.

बरेचदा अगदी नाझी सैनिकांपेक्षा ते कैद्यांशी कठोरपणे वागत होते व मोठ्या निर्दयीपणे कैद्यांना मारहाण करत होते. अशा प्रकारचे अत्याचार करायला आवश्यक असलेलं क्रौर्य ज्या कैद्यांमध्ये होतं, त्यांचीच 'कॅपोस' म्हणून निवड केली जात होती आणि अपेक्षेस पात्र न ठरल्यास त्यांना लगेचच बेदखल करण्यात

येत होतं. कॅपोस लवकरच नाझी सैनिकांप्रमाणे व छावणीच्या व्यवस्थापकाप्रमाणे बनले आणि त्याचं मनोविश्लेषण त्याच आधारे करता येईल.

बाहेरील व्यक्तीच्या मनात छावणीतील आयुष्याबद्दल चुकीचं कल्पनाचित्र निर्माण होणं - सहजशक्य आहे, अगदी भावनाप्रधान व दयेने ओथंबलेलं चित्र. कैद्यांच्या जिवंत राहण्यासाठी कराव्या लागणाऱ्या महाभयानक संघर्षाची कल्पना बाहेरच्या व्यक्तीला येणं शक्य नाही. स्वतःला किंवा एखाद्या जवळच्या मित्राला रोज अन्न मिळावं म्हणून म्हणजेच जिवंत राहण्यासाठी दिलेला तो कठोर लढा होता.

आता आपण एक उदाहरण घेऊ - या कैद्यांची रवानगी दुसऱ्या छावणीमध्ये करताना एक ठरावीक आकडा अधिकृतपणे जाहीर करण्यात येत असे; परंतु अंतिम मुक्कामाचं ठिकाण गॅस चेंबर असणार हा तर्क लावणं फारसं कठीण नव्हतं, जिथं त्यांची हत्या होत असे. काम करण्यास असमर्थ असलेल्या आजारी व कमजोर कैद्यांची निवड करून त्यांना एका मोठ्या मध्यवर्ती छावणीमध्ये पाठविण्यात येत असे, ज्यामध्ये गॅस चेंबर व स्मशानभूमी असे. ही निवड करण्याची प्रक्रिया कैद्यांना आपापसात किंवा गटागटाने संघर्ष करण्याचं निमंत्रणच होतं. स्वतःचं किंवा आपल्या मित्राचं नाव त्या यादीत येऊ नये म्हणून कैदी जिवाचा आटापिटा करत, तरी प्रत्येकाला माहीत होतं की आपण वाचलो म्हणजे आपल्या जागी इतर कोणाचातरी बळी गेलाय.

प्रत्येक फेरीत ठरावीक संख्येइतके कैदी धाडणं आवश्यक होतं. कोणाची रवानगी होते ते फारसं महत्त्वाचं नव्हतं. कारण त्यातील प्रत्येकजण केवळ एक आकडा होता. छावणीमध्ये प्रवेश करताना (निदान ऑस्‌विटझ्मध्ये तरी ही पद्धत होती) कैद्यांकडून त्यांची सर्व कागदपत्रं व इतर मालकीच्या वस्तू बळकावून घेण्यात येत असत. त्यामुळे प्रत्येक कैद्याला स्वतःचं खोटं नाव किंवा व्यवसाय सांगण्याची संधी मिळत असे; आणि अनेकजण ह्या संधीचा फायदा घेत. अधिकाऱ्यांना फक्त कैद्याला देण्यात आलेल्या आकड्यामध्ये रस होता. हे आकडे बरेचदा कैद्यांच्या शरीरावर गोंदवून घेतले जात आणि त्यांच्या पँट, जॅकेट किंवा कोटवर विशिष्ट जागी शिवून घेतले जात. सैनिकाला एखाद्या कैद्याविरुद्ध आरोप करायचा असल्यास त्याच्या आकड्याकडे नजर टाकावी लागत असे. (आणि अशा नजरांची आम्हाला जबरदस्त भीती वाटत असे!) तो कधीही कैद्याचं नाव विचारत नसे.

आता कैद्यांच्या रवानगीकडे पुन्हा वळूया. नीतिमूल्ये, नैतिकता यांचा विचार करायला कोणाकडे वेळही नव्हता व इच्छाही नव्हती. फक्त एकाच विचाराने सर्वांचा ताबा घेतला असायचाः घरी वाट पाहणाऱ्या आपल्या कुटुंबीयांसाठी स्वतःला जिवंत ठेवणं आणि स्वतःच्या मित्रांना वाचवणं. त्यामुळे जराही न कचरता तो आपल्या जागी दुसऱ्या कैद्याची, दुसऱ्या 'आकड्याची' रवानगी करण्याची व्यवस्था करत असे.

मी आधी म्हटल्याप्रमाणे, कॅपोसची निवडप्रक्रिया नकारात्मक होती; जे कैदी सर्वांत जास्त क्रूर होते. त्यांना हे काम देण्यात येई. (काही आनंददायी अपवाद वगळता). परंतु कॅपोसची निवड जरी नाझी सैनिक करत असले तरी सर्व कैद्यांमध्ये आपापसात स्वनिवडीची प्रक्रिया कायम सुरू असे. सामान्यपणे फक्त असे कैदी जिवंत राहू शकत होते, ज्यांची वर्षानुवर्षं एका छावणीतून दुसऱ्या छावणीत प्रवास केल्यावर स्वतःचं अस्तित्व टिकवून ठेवण्याच्या संघर्षात नैतिकता, योग्यायोग्यता याबाबतची शंका गळून गेली होती, स्वतःचा बचाव करण्यासाठी ते प्रामाणिक किंवा इतरही, अगदी क्रूर जबरदस्ती, चोरी व मित्रांचा विश्वासघात यांसारखे मार्ग अनुसरायला तयार होते. नशीब बलवत्तर म्हणा किंवा चमत्कार म्हणा, मृत्युछावणीतून परत आलेल्या आम्हा लोकांना चांगलं माहीत आहे की, आमच्यातील सर्वोत्तम व्यक्ती परत आल्या नाहीत.

मृत्यूच्या छावण्यांतील अनेक सत्य घटनांची नोंद झाली आहे. येथे मात्र अशा सत्य घटनांना महत्त्व असेल, ज्या माणसाच्या अनुभवाचा भाग आहेत. हे लिखाण पुढे ह्या अनुभवाचं नेमकं स्वरूप वर्णन करण्याचा प्रयत्न करणार आहे. हे पुस्तक छावणीत राहिलेल्या लोकांना त्यांचे अनुभव वर्तमान परिस्थितीच्या अनुषंगाने समजावून देण्याचा प्रयत्न करणार आहे. आणि जे कधीच आत गेले नाहीत, त्यांना हे पुस्तक छावणीतून बचावलेल्या व आत्ताच्या आयुष्याशी तडजोड करणं खूप अवघड वाटणाऱ्या, अतिशय मोजक्या अशा कैद्यांचे अनुभव समजून घेण्यास, आकलन करण्यास मदत करू शकेल. हे बचावलेले कैदी नेहमीच म्हणतात, आम्हाला आमच्या अनुभवांविषयी बोलायला आवडत नाही. जे आत जाऊन आलेत, त्यांना काहीही समजून घेण्याची गरज नाही आणि आम्हाला तेव्हा काय वाटलं किंवा आत्ता कसं वाटतं आहे, हे इतरांना समजणं शक्य नाही.

हा विषय पद्धतशीरपणे मांडणं खूप अवघड आहे, कारण मानसशास्त्रामध्ये एक प्रकारचा तटस्थपणा आवश्यक आहे. परंतु स्वतः कैदी असताना स्वतःचं

निरीक्षण करण्यासाठी आवश्यक असलेली तटस्थता एखाद्या व्यक्तीकडे असू शकते? बाहेरच्या व्यक्तीकडे अशी तटस्थता असू शकते. परंतु कोणतंही महत्त्वपूर्ण विधान करण्याइतका तो सत्याच्याजवळ जाऊ शकत नाही. फक्त आतल्या माणसाला माहीत असतं. त्याचं मत वस्तुनिष्ठ नसेलही; त्याचं मूल्यमापन कदाचित प्रमाणाबाहेर असेल. या गोष्टी टाळता येणार नाहीत. कोणताही वैयक्तिक पूर्वानुग्रह टाळण्याचा प्रयत्न करायला हवा आणि अशा प्रकारच्या पुस्तकांसाठी ते मोठं आव्हान ठरतं.

कधी कधी तर अत्यंत खाजगी अनुभव सांगण्याचं धाडस आवश्यक असतं. छावणीत मला दिलेल्या आकड्याचा उल्लेख करून, निनावी पुस्तक लिहावं असं मला वाटत होतं. परंतु जेव्हा हस्तलिखित पूर्ण झालं, तेव्हा माझ्या लक्षात आलं की हे पुस्तक निनावी छापलं गेलं तर ते तितकं महत्त्वाचं ठरणार नाही आणि माझी ठाम मतं उघडपणे व्यक्त करण्याचं धाडस मी दाखवायला हवं. त्यामुळेच दिखाऊपणाचा अत्यंत तिटकारा असूनदेखील मी एकही परिच्छेद वगळला नाही.

ह्या लिखाणातून निष्कर्ष काढण्याचं, कोरडे सिद्धांत मांडण्याचं काम मी इतरांवर सोपवत आहे. 'तुरुंगातील आयुष्याचं मानसशास्त्र' या विषयात हे सिद्धांत महत्त्वाचं योगदान करू शकतात. पहिल्या महायुद्धानंतर या विषयाचा अभ्यास केला गेला व काटेरी तारांचा आजार[१] सारख्या अवस्थांशी आपली ओळख झाली. समाजातील मनोविकृतींचं शास्त्र (Psychopathology of the masses) या क्षेत्रात महत्त्वाची माहिती पुरवल्यामुळे आपण दुसऱ्या महायुद्धाचे ऋणी आहोत (फ्रेंच शास्त्रज्ञ गुस्ताव लिबॉन याने तयार केलेला सुप्रसिद्ध वाक्प्रचार आणि त्या नावाचं त्याचं पुस्तक यावर वरील क्षेत्राचं नाव आधारलेलं आहे.) कारण युद्धानेच आपल्याला मानसिक पातळीवर लढायचं युद्ध दिलं व मृत्यूची छावणी दिली.

2

प्रीमियम कूपनचा उपहार

ही गोष्ट मला एक सामान्य कैदी म्हणून आलेल्या अनुभवांची आहे. त्यामुळे अभिमानाने नाही पण एक गोष्ट मला इथे नमूद करावीशी वाटते की शेवटचे

[१] युद्धकैद्यांच्यात आढळणारा एक मानसिक आजार, ज्याचे वर्णन स्विडीश डॉक्टर एडॉल्फ लुकास विस्चेरने सर्वप्रथम केलं.

काही आठवडे वगळता छावणीमध्ये मला मानसोपचारतज्ज्ञाचं किंवा साध्या डॉक्टरचंदेखील काम देण्यात आलं नव्हतं. माझे काही सहकारी नशीबवान होते की त्यांना प्रथमोपचार केंद्रात कचऱ्यातील कागदापासून बनवलेल्या मलमपट्ट्या लावण्याचं काम मिळालं. परंतु माझा नंबर ११९१०४ होता.

बहुतेक वेळ मी खणाखणी करून रेल्वेचे रूळ टाकण्याचं काम करीत होतो. एकदा तर माझ्या एकट्यावर रस्त्याखालून पाण्याची मुख्य वाहिनी नेण्यासाठी बोगदा खणण्याचं काम सोपवलं होतं. ह्या कामगिरीसाठी मला बक्षीसही देण्यात आलं. १९४४च्या ख्रिसमसपूर्वी मला भेटवस्तू म्हणून 'खास कूपन' देण्यात आली. ज्या बांधकाम कंपनीला आमची गुलाम म्हणून विक्री झाली होती, त्या कंपनीने ती कूपन्स दिली होती. कंपनी छावणीच्या अधिकाऱ्यांना प्रत्येक कैद्यासाठी दररोज ठरावीक रक्कम भरत होती. प्रत्येक कूपनमागे कंपनीला ५० फेनिंग इतका खर्च येत असे आणि कैद्यांना ती नंतर सहा सिगरेटच्या बदल्यात देता येत असत, जास्त काळ लोटल्यावर मात्र कूपन्सची वैधता संपत असे. बारा सिगरेट्स मिळवण्याइतकी कूपन्स मी कमावली होती. परंतु त्याहून अधिक महत्त्वाचं म्हणजे १२ सिगरेटच्या बदल्यात १२ सूप मिळत होती आणि १२ सूप म्हणजे उपासमारी दूर करण्याचा हमखास उपाय होता.

खरंतर सिगरेट ओढण्याचं भाग्य फक्त कॅपोसच्या नशिबात होतं, कारण त्यांना प्रत्येक आठवड्याला कूपन्सचा ठरलेला रतीब मिळत असे; किंवा मग गोदाम वा कारखान्यात मुख्य कामगाराचं काम करणाऱ्या कैद्याला धोकादायक काम केल्याबद्दल थोड्याफार सिगरेट्स मिळत. याला अपवाद म्हणजे असे कैदी जे जगण्याची इच्छा हरवून बसलेत आणि शेवटच्या काही दिवसांत त्यांना 'आनंद' अनुभवायचा आहे. त्यामुळे जेव्हा आम्ही आमच्या एखाद्या साथीदाराला स्वतःची सिगरेट ओढताना पाहायचो, तेव्हा आम्हाला उमगायचं की जगत राहण्याच्या स्वतःच्या शक्तीवरील विश्वास त्याने गमावला आहे आणि एकदा जगण्याची उमेद गमावली तर ती क्वचितच परतायची.

अनेक कैद्यांनी त्यांचे अनुभव, निरीक्षण लिहून ठेवल्यामुळे जे प्रचंड मोठं लिखाण तयार झालंय, ते तपासून पाहिल्यास लक्षात येतं की छावणीतील आयुष्याला कैद्यांनी दिलेल्या मानसिक प्रतिक्रियेचे तीन टप्पे आहेत – छावणीत प्रवेश केल्यानंतरचा काळ; छावणीच्या दिनक्रमात तो पूर्णपणे व्यग्र असलेला काळ; आणि त्याची सुटका व मुक्ती झाल्यानंतरचा काळ.

पहिल्या टप्प्यात त्याची प्रतिक्रिया जबरदस्त धक्का अशी म्हणता येते. काही वेळा तर कैद्याने छावणीत प्रवेश करण्यापूर्वीच त्याला धक्का बसू शकतो. माझ्या प्रवेशाच्या वेळी काय घडलं, याचं उदाहरण मी तुम्हाला देतो.

पंधराशे लोक अनेक दिवसरात्र रेल्वेने प्रवास करत होते. प्रत्येक डब्यात ऐंशी लोक होते. प्रत्येकाला आपल्या सामानावर, आपल्या मालकीच्या उरल्यासुरल्या काही वस्तूंवर पडून राहावं लागत होतं. रेल्वेचे डबे इतके ठासून भरले होते की, सूर्याची पहिली किरणं आत येण्यासाठी खिडकीचा फक्त थोडा वरचा भाग रिकामा होता. सर्वांना वाटत होतं की आम्हाला एखाद्या शस्त्रास्त्रांच्या कारखान्यात घेऊन जाण्यात येतंय, जिथे आम्हाला सक्तमजुरी करायला लावतील. आम्ही सिलेसियामध्ये आहोत की पोलंडला पोहोचलो, याची आम्हाला कल्पना नव्हती. इंजिनाच्या शिटीचा विचित्र आवाज होता – जणू विनाशाकडे निघालेल्या कळपाच्या मदतीसाठी कुणीतरी आर्त स्वरात विनवणी करतंय. नंतर बहुधा स्टेशन आल्यामुळे ट्रेन बाजूच्या रुळावर नेण्यात आली.

चिंताग्रस्त प्रवाशांमधून अचानक एक आरोळी ऐकू आली, एक पाटी दिसतेय, ऑस्विट्झ! त्या क्षणी प्रत्येकाच्या काळजाचा ठोका चुकला. ऑस्विट्झ – भयंकर असलेलं सर्वकाही त्या नावात सामावलं होतं : गॅस चेंबर, स्मशानभूमी, कत्तलखाना. मग हळूहळू अगदी नाराजीने का होईना, पण ट्रेन हलली. जणू काही तिला तिच्या प्रवाशांना शक्य होईस्तोवर वाचवायचं होतं.

दुसऱ्या दिवशी पहाटे एका प्रचंड छावणीची बाह्यरेखा आमच्या दृष्टिपथात आली : दूरवर पसरलेलं काटेरी तारांचं कुंपण; टेहळणीचे बुरूज; तपासासाठी प्रखर झोत असलेले दिवे आणि जीर्ण झालेल्या माणसांच्या लांबलचक रांगा. त्या उदास पहाटे अत्यंत निरुत्साहीपणे निर्जन अशा रस्त्यावर ती माणसं चालत होती, कोठे जात आहेत, ते आम्हाला माहीत नव्हतं. मधूनच हुकूम सोडणारी आरोळी व शिट्टी ऐकू येत होती. आम्हाला त्याचा अर्थ माहीत नव्हता. माझ्या कल्पनाशक्तीने चित्र रंगवलं की आतमध्ये लोक फासावर लटकत आहेत. माझा भीतीने थरकाप उडाला, परंतु हे गरजेचं होतं कारण अत्यंत भीतिदायक व महाभयंकर अशा गोष्टी हळूहळू आम्हाला सवयीच्या करून घ्यायच्या होत्या.

शेवटी आमची ट्रेन स्टेशनात पोहोचली. मोठमोठ्याने ओरडून दिलेल्या सूचनांमुळे सुरुवातीची शांतता भंग झाली. त्यानंतर पुढील सर्व छावण्यांमध्ये पुन्हा

पुन्हा सतत आम्हाला हे कर्कश, कर्णकटू आवाज ऐकावे लागणार होते. ते आवाज अगदी कैद्याच्या शेवटच्या किंकाळीसारखे होते आणि तरीही ते वेगळे होते. त्या आवाजात असा कर्कशपणा होता, जणू काही त्या व्यक्तीला सारखं सारखं ओरडायला लावलंय, त्या व्यक्तीचा पुन्हा पुन्हा खून केला जातोय.

छळछावणीच्या दिशेने

रेल्वेच्या डब्याचे दरवाजे उघडले गेले आणि कैद्यांची एक छोटी तुकडी आत घुसली. त्यांनी पट्टेरी गणवेश घातले होते, त्यांचे केस पूर्णपणे भादरले होते. परंतु ते धष्टपुष्ट दिसत होते. युरोपमधील अगदी प्रत्येक भाषा त्यांना अवगत होती आणि बोलण्यातून त्यांची विनोदबुद्धी दिसत होती, परंतु ह्या परिस्थितीत मात्र ती विचित्र वाटत होती. बुडणाऱ्या माणसाने गवताच्या काडीचा आधार घ्यावा त्याप्रमाणे माझी उपजत असलेली सकारात्मक वृत्ती (जिनं अत्यंत बिकट परिस्थितीतसुद्धा माझ्या भावनांवर नियंत्रण ठेवलंय) ह्या विचाराला धरून होतीः ह्या कैद्यांची अवस्था बरी दिसतेय, मनःस्थितीसुद्धा चांगली वाटतेय, अगदी हसतदेखील आहेत. कोणास ठाऊक? मलासुद्धा कदाचित असं चांगलं काम मिळू शकेल.

मानसशास्त्रात डिल्यूजन ऑफ रिप्रीव (मुक्ततेचा आभास) या नावाची एक अवस्था आहे. फाशी देण्याच्या थोडं आधी अपराधी व्यक्तीला असा भ्रम होतो की शेवटच्या क्षणी त्याची सुटका होणार आहे. आम्हीसुद्धा ह्या आशेला घट्ट पकडून होतो व इतकं वाईट काही घडणार नाही असा विश्वास शेवटच्या क्षणापर्यंत बाळगला होता.

त्या कैद्यांचे गोल चेहरे आणि गोबरे गाल आम्हाला प्रोत्साहन द्यायला पुरेसे होते. त्या वेळी आम्हाला कुठे माहीत होतं की, हे मोजके खास कैदी आहेत, जे वर्षानुवर्षे स्टेशनमध्ये दररोज येणाऱ्या बंदिवानांच्या नव्या पथकाला छावणीमध्ये नेण्यासाठी येतात. नवागत व त्याचं सामान-दुर्मीळ वस्तू, चोरून आणलेले दागिने यांच्यावर देखरेख करण्याचं काम त्या खास कैद्यांचं होतं. युद्धाच्या शेवटच्या काळात ऑस्विट्झ ही युरोपमधील एक विचित्र जागा बनली असणार. सोनं, चांदी, प्लॅटिनम, हिरे यांचा अद्वितीय साठा असलेलं ठिकाण. फक्त मोठ्याशा गोदामांमध्ये नव्हे तर नाझी सैनिकांच्या खिशातदेखील असेल.

ज्या पडवीमध्ये जास्तीत जास्त २०० लोक राहू शकतील, तिथे पंधराशे बंदिवान कोंबले होते. आम्हाला थंडी वाजत होती. भूक लागली होती आणि

त्या जमिनीवर प्रत्येकाला उकिडवं बसायलासुद्धा जागा नव्हती. झोपणं तर दूरच राहिलं. पुढील चार दिवसात आम्हाला फक्त छोटासा (१५० ग्राम) पावाचा तुकडा मिळाला. आणि या परिस्थितीतसुद्धा त्या पडवीची व्यवस्था पाहणारे काही ज्येष्ठ कैदी एका नवागताशी प्लॅटिनम व हिऱ्यापासून बनवलेल्या टाय-पिनसाठी हुज्जत घालत होते असं मी ऐकलं. सर्व कमाई नंतर दारूसाठी खर्च केली जात असे. आता मला हे आठवत नाही की, धुंद होण्यासाठी जितकी दारू लागते तेवढी विकत घ्यायला किती हजार मार्कस् लागत होते? परंतु मला हे चांगलं आठवतं की, त्या ज्येष्ठ कैद्यांना दारूची गरज भासायची. नशा करतायत असा दोष त्यांना ह्या परिस्थितीत कोण देऊ शकणार होतं?

कैद्यांचा अजून एक गट होता ज्यांना नाझी सैनिकांकडून दारूचा मुबलक पुरवठा होत असे. गॅस चेंबर व स्मशानभूमी येथे काम करणारी माणसं. मात्र ह्या कैद्यांना पक्कं माहीत होतं की एक दिवस नवीन कैद्यांची तुकडी त्यांची जागा घेईल आणि देहदंड देण्याचं काम सोडून त्यांना स्वतःच सुळी चढावं लागेल.

आमच्या बरोबर आलेल्या पंधराशे कैद्यांपैकी प्रत्येकाला त्याची सुटका होणार, सर्व ठीक होणार असा भ्रम होता. पुढे घडणाऱ्या प्रसंगामधील अर्थ आम्हाला उमगला नव्हता. आम्हाला आमचं सामान ट्रेनमध्ये सोडा असं सांगण्यात आलं आणि एका वरिष्ठ नाझी सैनिकासमोर स्त्री व पुरुषांना वेगवेगळ्या रांगेत उभं राहण्याची सूचना दिली गेली. आश्चर्य म्हणजे मी माझी सॅक माझ्या कोटात लपविण्याचं धैर्य दाखविलं.

आमची रांग हळूहळू पुढे सरकत होती. माझ्या लक्षात आलं की, त्या अधिकाऱ्याला माझी सॅक दिसली असती तर ती खूप धोकादायक ठरलं असतं. त्याने मला नक्कीच बेदम मारलं असतं; मागील अनुभवावरून मला ते ठाऊक होतं. अधिकाऱ्याच्या जवळ पोहोचताच, नकळतपणे मी ताठ झालो, म्हणजे सॅकचं वजन त्याच्या लक्षात येणार नाही.

नंतर मी त्यांच्या समोर येऊन पोहोचलो. तो उंच व सडसडीत होता आणि त्याच्या स्वच्छ गणवेशामध्ये तो रुबाबदार दिसत होता. किती विरोधाभास होता, मोठा प्रवास केल्यानंतर आम्ही मात्र अस्वच्छ, मळकट दिसत होतो! तो अगदी बेपर्वा वाटत होता, डाव्या हातानी उजव्या कोपराला आधार देत आरामात बसला होता. त्याने उजवा हात उचलला होता आणि सहजपणे तो बोटाने उजवीकडे किंवा

डावीकडे निर्देश करत होता. कधी उजवीकडे तर कधी डावीकडे, बहुतांश वेळा डावीकडे होणाऱ्या त्या माणसाच्या बोटाच्या छोट्याशा हालचालीमागे कोणता भीतीदायक अर्थ होता, याची आमच्यापैकी कोणालाही पुसटशीही कल्पना नव्हती.

आता माझी पाळी होती. कोणीतरी माझ्या कानात कुजबुजलं की उजवीकडे पाठवलं तर काम मिळणार आणि डावीकडे पाठवलं म्हणजे तुम्ही अशक्त आहात व काम करण्यास अयोग्य, त्यामुळे तुमची रवानगी एका वेगळ्या छावणीत होणार. मी फक्त थांबलो, गोष्टी घडण्याची वाट पाहत, जे मी पुढे अनेक वेळा करणार होतो. सॅकच्या वजनामुळे मी थोडा डावीकडे झुकलो होतो. परंतु प्रयत्नपूर्वक मी ताठ झालो. त्या नाझी सैनिकाने माझ्याकडे दृष्टिक्षेप टाकला, तो थोडा साशंक वाटला व नंतर त्याने त्याचे दोन्ही हात माझ्या खांद्यावर ठेवले. मी हुशार, चुणचुणीत दिसण्याचा खूप प्रयत्न केला. मग त्याने हळूच माझे खांदे उजवीकडे वळविले आणि मी त्या दिशेने चालू लागलो.

त्या अंगुलिनिर्देशाचं महत्त्व आम्हाला संध्याकाळी सांगण्यात आलं. ते बोट म्हणजे आमचं अस्तित्वात असणं किंवा नसणं याची केलेली पहिली निवड होती, पहिला निकाल होता. आमच्या तुकडीतील बहुसंख्य लोकांसाठी - जवळजवळ नव्वद टक्के - ती निवड होती मृत्यू. पुढील काही तासांतच त्या निकालाची अंमलबजावणी करण्यात आली. डावीकडे पाठविलेल्या लोकांची रवानगी स्टेशनमधून थेट स्मशानभूमीत करण्यात आली. तेथे काम करणाऱ्या एकाने मला सांगितलं की, त्या इमारतीमध्ये सर्व दारांवर युरोपमधील अनेक भाषांमध्ये 'स्नानगृह' हा शब्द लिहिला होता. प्रवेश केल्यावर प्रत्येक कैद्याला साबणाचा एक तुकडा दिला जात असे आणि मग... परंतु पुढे घडणाऱ्या प्रसंगाचं वर्णन इथे करण्याची आवश्यकता नाही. त्या भयंकर गोष्टीविषयी अनेकांनी लिहून ठेवलंय.

3

छळछावणीतला आमचा पहिला दिवस

आमच्या तुकडीतील वाचलेल्या मोजक्या व्यक्तींना सत्याचा उलगडा त्या दिवशी संध्याकाळी झाला. तिथल्या काही जुन्या कैद्यांना मी विचारलं, ''माझे सहकारी व मित्र यांना कोठे पाठवलंय?''

''त्यांना डावीकडे पाठविण्यात आलं होतं का?''

''हो,'' मी उत्तर दिलं.

''मग तू त्याला तिथे पाहू शकतोस.'' मला सांगितलं गेलं.

कोठे? काही अंतरावर दिसणाऱ्या चिमणीकडे बोट दाखवलं गेलं. ती पोलंडच्या करड्या आकाशात ज्वाळा फेकत होती. आणि त्या ज्वाळा धुराच्या भयंकर ढगात विरून जात होत्या.

''तुझा मित्र तिथे आहे, स्वर्गात तरंगत जातोय.'' उत्तर मिळालं. परंतु स्पष्ट शब्दात जेव्हा मला सत्य समजावलं गेलं, तेव्हाच मला त्याचं आकलन झालं.

मी गोष्टी जशा घडल्या तशा, क्रमाने सांगत नाहीत. मानसशास्त्राच्या दृष्टिकोनातून मात्र, स्टेशनवरची ती पहाट व छावणीतील आमची पहिली रात्र यांमध्ये आम्हाला खूप मोठं अंतर पार करावं लागलं.

बंदुका असलेल्या नाझी सैनिकांच्या देखरेखीखाली विजेरी कुंपणालगत आम्हाला स्टेशनपासून ते छावणीतील स्वच्छतागृहापर्यंत पळवण्यात आलं; पहिल्या परीक्षेत जे उत्तीर्ण झाले होते, त्यांना खरीखुरी आंघोळ करायला मिळाली. पुन्हा एकदा आमच्या मुक्ततेच्या भ्रमाला पुष्टी मिळाली. नाझी सैनिक अगदी आकर्षक वाटत होते. लवकरच त्यामागील कारण आमच्या लक्षात आलं. जोपर्यंत त्यांना आमच्या मनगटावर किमती घड्याळं दिसत होती आणि गोड शब्दात ती त्यांच्या स्वाधीन करायला ते आम्हाला भाग पाडू शकत होते, तोपर्यंत ते आमच्याशी चांगलं वागत होते. नाहीतरी आम्हाला आमच्या सर्व वस्तू देऊन टाकायच्या होत्या, मग त्या वस्तू एखाद्या चांगल्या व्यक्तीला का बरं देऊ नये? एक दिवस तो याची परतफेड करेल अशी आशा तरी ठेवता येईल.

निर्जंतुक करणाऱ्या खोलीबाहेरील पडवीमध्ये आम्हाला थांबवण्यात आलं. नाझी सैनिकांनी आमच्या समोर चादरी पसरल्या, ज्यावर आम्हाला आमच्या सर्व वस्तू घड्याळे, दागिने इत्यादी हे फेकायचे होते. आमच्यातील काही भोळसट कैदी, नाझी सैनिकांना मदत करणाऱ्या सरावलेल्या कैद्यांना विचारत होते की ते त्यांच्या लग्नातील अंगठी, एखादं पदक किंवा तावीज स्वतःकडे ठेवू शकतात का? आपलं सर्व काही हिरावून घेतलं जाणार आहे या वस्तुस्थितीचं आकलन अजूनपर्यंत कोणालाच झालं नव्हतं.

मी एका जुन्या कैद्याला विश्वासात घेण्याचा प्रयत्न केला. लपूनछपून मी त्याला माझ्या कोटाच्या आतील खिशात दडवलेली कागदाची गुंडाळी दाखविली व म्हणालो, ''हे बघ, एका शास्त्रीय पुस्तकाचं हस्तलिखित आहे. मला ठाऊक आहे तू काय म्हणणार, माझा जीव वाचला याबद्दल मी कृतज्ञ असायला हवं, आणि मी याहून जास्त अपेक्षा ठेवता कामा नयेत. परंतु माझा नाइलाज आहे, कोणत्याही परिस्थितीत मी हे हस्तलिखित जपायला हवं, त्यात माझ्या आयुष्यभराची मेहनत सामावली आहे. तुला कळतंय का मी काय म्हणतोय?'' तो समजून घेण्याचा प्रयत्न करत होता. त्याच्या चेहऱ्यावर हास्य पसरलं, सुरुवातीला दयनीय, मग थोडं आश्चर्यजनक, थट्टेखोर, अपमानजनक आणि शेवटी त्याने किंचाळून एका शब्दात माझ्या प्रश्नाचं उत्तर दिलं, जो शब्द तिथल्या कैद्यांच्या सतत तोंडात असायचा – शिट्! त्या क्षणी मला सत्य उघडपणे जाणवलं आणि माझ्या मानसिक प्रतिक्रियेच्या पहिल्या टप्प्याचा तो सर्वोच्च बिंदू ठरला, माझा भूतकाळ मी पूर्णपणे पुसून टाकला.

निस्तेज, घाबरलेल्या चेहऱ्यांनी आपापसात निरुपयोगी चर्चा करणाऱ्या माझ्या सहप्रवाशांमध्ये अचानक खळबळ जाणवली. पुन्हा एकदा आम्हाला त्या कर्णकटू आवाजातल्या सूचना ऐकू आल्या. लाठ्यांचे प्रहार करत करत आम्हाला स्नानगृहाशेजारील पडवीत नेण्यात आलं. एका नाझी सैनिकाभोवताली आम्ही सर्वजण जमा झालो. मग तो बोलू लागला, ''मी तुम्हाला दोन मिनिटे देतोय. आणि त्या दोन मिनिटांमध्ये तुम्हाला तुमचे सर्व कपडे उतरवायचे आहेत व तुमच्याकडील सर्व गोष्टी जिथे उभे आहात तिकडेच जमिनीवर ठेवायच्या आहेत. तुम्ही तुमचे बुट व बेल्ट सोडून इतर काहीही बरोबर घेऊ शकत नाही. तुमची वेळ सुरू होतेय – आत्ता!''

लोकांनी घाईगडबडीत त्यांचे कपडे फाडायला सुरुवात केली. वेळ जसजसा संपत चालला, तशी त्यांची अस्वस्थता वाढू लागली व ते अजागळपणे आतले कपडे, बेल्ट व बुटांची लेस ओढत राहिले. मग पहिल्यांदा आम्ही चाबकाचा आवाज ऐकला, उघड्या शरीरांवर बसणारा चामडी पट्ट्याचा मार. नंतर आम्हा सर्वांना पुढच्या खोलीत हजामतीसाठी धाडण्यात आलं; आमचे डोक्यावरचेच नाही तर संपूर्ण शरीरावरील केस काढून टाकण्यात आले. पुढे स्नानासाठी आम्हाला पुन्हा रांगेत उभं केलं. आम्ही एकमेकांना ओळखूसुद्धा शकत नव्हतो; परंतु काही लोकांनी मोठा दिलासा देणारी गोष्ट आमच्या ध्यानात आणून दिली. नळातून

खरंखुरं पाणी ठिबकत होतं.

जेव्हा आम्ही आंघोळीसाठी उभे होतो, तेव्हा आमचा नग्नपणा आम्हाला प्रकर्षाने जाणवला. आमचं उघडं शरीर सोडून आमच्याकडे आता काहीच राहिलं नव्हतं. अगदी केससुद्धा नव्हते; आमच्याकडे अक्षरशः फक्त आमचं नग्न अस्तित्व उरलं होतं. ते सोडून आम्हाला आमच्या भूतकाळाशी जोडणारा दुसरा एखादा तरी भौतिक दुवा होता का? माझ्यासाठी तो होता. माझा चष्मा व बेल्ट; त्यातला बेल्ट मी नंतर एका पावाच्या तुकड्याच्या बदल्यात देऊन टाकला. पॅड (हर्नियाच्या रुग्णांसाठी साहाय्यक ठरणारे बेल्टसारखे उपकरण) बाळगणाऱ्यांना पुढे अजून एका प्रसंगाला तोंड द्यावं लागलं. संध्याकाळी आमच्या खोलीची व्यवस्था पाहणाऱ्या ज्येष्ठ कैद्याने आमच्या स्वागतार्ह दिलेल्या भाषणात आम्हाला वचन दिलं की, जो कोणी स्वतःच्या पॅडमध्ये पैसे किंवा मौल्यवान खडे दडवून ठेवेल, त्याला तो स्वतः त्या तुळईला लटकवून फाशी देईल. मोठ्या अभिमानाने त्याने सांगितले की, छावणीतील ज्येष्ठ रहिवासी या नात्याने त्याला हे करण्याचा अधिकार दिला गेला आहे.

आमच्या बुटांच्या बाबतीत प्रकरण थोडं गुंतागुंतीचं होतं. जरी आम्हाला आमचे बूट जवळ बाळगायची परवानगी होती तरी किमती बुट असलेल्यांना ते देऊन टाकावे लागले आणि त्याच्या बदल्यात त्यांना चुकीच्या मापाचे बुट मिळाले. परंतु ज्यांनी ज्येष्ठ कैद्यांचा सल्ला (त्या पडवीत दिला गेलेला) अनुसरला आणि स्वतःचे मोठे बुट (सैनिक वापरतात तसे) कापून छोटे केले व हे कृत्य लपवण्यासाठी बुटाच्या कापलेल्या कडांना साबण फासला, त्यांना मोठ्या समस्येला तोंड द्यावं लागलं. नाझी सैनिक जणू याचीच वाट पाहत होते. हा गुन्हा केलेल्या सर्व संशयितांना बाजूच्या छोट्या खोलीत नेण्यात आलं. थोड्या वेळाने पुन्हा आम्हाला पट्ट्याच्या फटकाऱ्यांचे व माणसांच्या विव्हळण्याचे आवाज ऐकू आले. या वेळी हा प्रकार बराच वेळ चालू होता.

अशा प्रकारे आमचा भ्रम हळूहळू नाहीसा होत गेला आणि मग अगदी अचानकपणे आमच्यामध्ये एक निर्दयी विनोदबुद्धी जागृत झाली. आम्हाला माहीत होतं की आमचं हास्यास्पद असं नग्न आयुष्य सोडल्यास आमच्याकडे गमावण्यासारखं काहीही नव्हतं. जेव्हा आंघोळीसाठी शॉवर सुरू झाले, तेव्हा आम्ही थट्टामस्करी करण्याचा खूप प्रयत्न केला, स्वतःची व इतरांचीसुद्धा. शेवटी नळामधून खरंखुरं पाणी येत होतं!

ह्या विचित्र प्रकारच्या विनोदबुद्धीबरोबर आम्हाला अजून एका संवेदनेने झपाटलं होतं. कुतूहल. मी अशा प्रकारचं कुतूहल यापूर्वीही अनुभवलं होतं, काही विचित्र प्रसंगामध्ये ती माझी मूलभूत प्रतिक्रिया होती. एकदा गिर्यारोहण करताना झालेल्या अपघातात माझ्या जीवाला धोका निर्माण झाला असताना त्या गंभीर प्रसंगी मला फक्त एक संवेदना जाणवली. कुतूहल, यातून मी जिवंत बाहेर येईन की मला डोक्याला दुखापत होईल की इतर कोणती हाडे मोडतील, या गोष्टींचं कुतूहल.

ऑस्विटझ्मध्येदेखील भावनारहित कुतूहलाला महत्त्वाचं स्थान होतं. मनाला अलिप्त बनवत आजूबाजूच्या परिस्थितीकडे वस्तुनिष्ठपणे पाहणं. स्वतःचा बचाव करण्यासाठी मनाची ही स्थिती तिथे विकसित केली जात होती. पुढे काय घडणार व त्याचे काय परिणाम होणार ह्याची आम्हाला सतत काळजी वाटत असे. उदा. खुल्या वातावरणात, कडाक्याच्या थंडीत, नुकतंच स्नान करून आलेले ओलेचिंब, उघडेबंब असे आम्ही कुडकुडत उभे होतो. पुढील काही दिवसात आमच्या कुतूहलाचं रूपांतर आश्चर्यचकित होण्यामध्ये झालं, या गोष्टीचं आश्चर्य की इतक्या थंडीतदेखील आम्हाला सर्दी-खोकला झाला नाही.

आमच्यासारख्या नवागतांना अशी अनेक आश्चर्यं पुढे अनुभवायची होती. आमच्यातील वैद्यकीय क्षेत्रात असणाऱ्या लोकांनी त्यांचा पहिला धडा घेतला. पाठ्यपुस्तकं खोटं बोलतात! कोठेतरी असं म्हटलंय की अमुकअमुक तासांची झोप मिळाल्याशिवाय माणूस जिवंत राहू शकत नाही. सपशेल खोटं! माझी अशी खात्री होती की काही ठरावीक गोष्टींशिवाय माझं चालूच शकणार नाही. मला त्याच्याशिवाय झोप येऊ शकणार नाही किंवा मी यांच्याबरोबर जगणं शक्यच नाही इत्यादी.

ऑस्विटझ्मध्ये पहिल्या रात्री आम्ही अनेक स्तर असलेल्या पलंगावर झोपलो. प्रत्येक स्तरावर (साडे सहा बाय आठ फूट मापाच्या) नऊ माणसं झोपली होती. गाद्या वगैरे काही नव्हतं. नऊ जणांमध्ये आमच्याकडे दोन रजया होत्या. आम्ही फक्त एका कुशीवर झोपू शकत होतो. दाटीवाटीने, एकमेकांना चिकटून, जे कडाक्याच्या थंडीत फायदेशीर ठरलं. बंकबेडवर बुट न्यायला परवानगी नसली तरी काही जण लपूनछपून त्यांच्या चिखलाने माखलेल्या बुटांचा उशीसारखा वापर करत. नाहीतर हाताची घडी करून त्यावर डोकं ठेवावं लागत असे आणि तरीही झोप येत होती व विस्मृतीत घेऊन जात होती. काही तासांकरिता का होईना,

दुःखापासून सुटका मिळत होती.

आमच्यात किती सहनशक्ती होती याबद्दल आम्हाला झालेले काही आश्चर्यकारक उलगडे मी इथे नमूद करू इच्छितो. आम्ही आमचे दात स्वच्छ ठेवू शकत नव्हतो व जीवनसत्त्वांची प्रचंड कमतरता होती, तरीही आमच्या हिरड्या पूर्वीपेक्षा मजबूत होत्या. आम्हाला साधारणपणे सहा महिने तेच शर्ट वापरावे लागत होते, जोपर्यंत ते शर्ट जीर्ण होत नाहीत. तोपर्यंत बरेच वेळा आम्हाला आंघोळ करता यायची नाही, अगदी हातपायसुद्धा धुता यायचे नाहीत, कारण नळात पाणी गोठलेलं असायचं आणि तरीही हातावर झालेल्या जखमांमध्ये-फोडांमध्ये मातीत काम करूनसुद्धा पू व्हायचा नाही. (हिमबाधा झाली असेल तर गोष्ट वेगळी) आणि अजून एक उदाहरण म्हणजे एरवी शेजारच्या खोलीत झालेल्या छोट्याशा आवाजानेसुद्धा जाग येणाऱ्या व्यक्तीला आता मात्र जवळ खेटून झोपलेल्या साथीदाराच्या जोरदार घोरण्याच्या आवाजातदेखील शांत झोप येत असे.

फ्योदोर दोस्तोकी या कादंबरीकाराने एक विधान केलंय की माणूस म्हणजे सर्व गोष्टींची सवय करून घेणारा, जुळवून घेणारा प्राणी आहे. या विधानातील सत्यता कोणी आम्हाला विचारली तर आमचं उत्तर असेल, 'हो, माणसाला कोणत्याही गोष्टींची सवय होऊ शकते. मात्र कसं ते विचारू नका.' परंतु आमची मानसशास्त्रीय तपासणी अजून आम्हाला तेवढं दूर घेऊन गेली नव्हती; किंवा आम्ही कैदीदेखील त्या टप्प्यापर्यंत पोहोचलो नव्हतो. अजून आम्ही मानसिक प्रतिक्रियेच्या पहिल्या टप्प्यातच होतो.

जवळजवळ प्रत्येकाचा अगदी थोड्या काळाकरता का होईना, आत्महत्येचा विचार मनात घोटवून झाला होता. अत्यंत निराशाजनक परिस्थिती, दिवसरात्र कायम मृत्यूचं सावट, अगदी अनेकांचे मृत्यू इतक्या जवळून पाहणं यामुळे आत्महत्येचा विचार मनात येणं साहजिक होतं.

माझ्या व्यक्तिगत विचारसरणीमुळे - ज्याचा उल्लेख मी पुढे केलाय - छावणीतील पहिल्या दिवशी संध्याकाळीच मी स्वतःशी पक्कं ठरवलं की मी कधीच विजेरी कुंपणाकडे धाव घेणार नाही. छावणीमध्ये आत्महत्या करण्यासाठी सहसा जो मार्ग वापरला जायचा, त्याचं वर्णन करणारा हा शब्दप्रचार होता - विजेने प्रवाहित असलेल्या काटेरी कुंपणाला स्पर्श करणे. माझ्यासाठी हा निर्णय घेणं तितकंसं कठीण नव्हतं. आत्महत्या करण्यात फारसं तथ्य नव्हतं. कारण

वस्तुनिष्ठपणे विचार करून सर्व शक्यता लक्षात घेतल्यावर सर्वसाधारण कैद्यासाठी जिवंत राहण्याची संभाव्यता फारच कमी होती. सगळ्या निवडप्रक्रियेतून जे मोजके लोक बचावले, त्यात आपला समावेश होईल, अशी खात्रीशीर अपेक्षा तो ठेवू शकत नव्हता. ऑस्‌विटझ्‌मधील कैदी मानसिक आघात ह्या पहिल्या टप्प्यात मृत्यूला घाबरत नव्हते. पहिल्या काही दिवसांत त्यांना गॅसचेंबरची भीतीदेखील वाटेनाशी झाली. कारण त्यामुळे त्यांना आत्महत्या तरी करावी लागत नव्हती.

4

छळछावणीतही जिवंत राहण्याचे उपाय

छळछावणीतून जिवंतपणे बाहेर आल्यानंतर मी काही मित्रांनी भेटलो, तेव्हा त्यांनी मला सांगितलं, छावणीत दाखल केल्यावर मानसिक धक्का बसल्यामुळे निराशेच्या गर्तेत गेलेल्यांमध्ये माझा समावेश नव्हता. ऑस्‌विटझ्‌मधील पहिल्या रात्रीनंतर दुसऱ्या दिवशी सकाळी जो प्रसंग घडला, त्या वेळी मी फक्त हसलो व अगदी मनापासून हसलो. आपापल्या खोल्या सोडून न जाण्याची सक्त ताकीद असतानाही माझा एक मित्र, ज्याला ऑस्‌विटझ्‌ला येऊन बरेच दिवस झाले होते, तो लपूनछपून आमच्या खोलीत आला. त्याला आम्हाला शांत करायचं होतं, दिलासा द्यायचा होता, चार गोष्टी सांगायच्या होत्या. तो इतका रोडावला होता की सुरुवातीला आम्ही त्याला ओळखलं नाही. विनोदबुद्धी जागृत ठेवत व भलत्याच धाडसी वृत्तीचं प्रदर्शन करत त्याने घाईघाईने आम्हाला काही सूचना दिल्या : अजिबात घाबरू नका! निवडप्रक्रियेबद्दल भीती बाळगू नका! डॉ. एम. नाझी सैन्याचे वैद्यकीय प्रमुख यांना डॉक्टर्सबद्दल थोडी सहानुभूती आहे. हे अगदी चुकीचं होतं; माझ्या मित्राचे प्रेमळ शब्द आमची दिशाभूल करणारे होते. एका साठ वर्षांच्या कैद्याने, जो इतर कैद्यांसाठी डॉक्टरचं काम करत होता, मला सांगितलं की गॅस चेंबरला रवानगी होत असलेल्या आपल्या मुलाला वाचविण्यासाठी त्याने डॉ. एम. यांना किती कळकळीची विनंती केली. परंतु डॉ. एम. यांनी पाषाणहृदयीपणे नकार दिला.

''परंतु माझा आग्रह आहे की एक गोष्ट नक्की करा;'' तो पुढे म्हणाला, ''शक्य असेल तर, रोज दाढी करा, काचेचा तुकडा वापरावा लागला तरी जरूर करा.. अगदी पावाचा शेवटचा तुकडा त्यासाठी द्यावा लागला तरी, त्यामुळे तुम्ही थोडे तरुण दिसाल आणि गाल खरवडल्यामुळे ते लालबुंद, सशक्त वाटतील.

तुम्हाला जिवंत राहायचं असेल तर हा एकच मार्ग आहे. काम करण्यासाठी सशक्त दिसणं. तळपायांना आलेल्या छोट्याशा फोडामुळे जरी तुम्ही थोडेसे लंगडत असाल आणि एखाद्या नाझी सैनिकाच्या हे लक्षात आलं तर तो तुम्हाला बोलावून नक्कीच तुमची रवानगी गॅस चेंबरला करेल. 'मोसलेम' (नाझी सैनिकांनी छावण्यांमध्ये वापरलेला शब्दप्रचार) म्हणजे काय ते तुम्हाला माहीत आहे? एखादा माणूस हतबल, दयनीय, आजारी, अशक्त दिसतोय आणि ज्याला आता शारीरिक कष्ट करणं अवघड वाटतंय... तो मोसलेस आहे. लवकरच अशा सर्व मोसलेसना गॅस चेंबर्समध्ये पाठविण्यात येतं. म्हणूनच लक्षात ठेवा : दाढी करा, ताठ उभं राहा, चपळतेने चाला, मग तुम्हाला गॅस चेंबरला घाबरण्याचं काही कारण नाही.''

''तुम्हाला जरी इथे येऊन फक्त चोवीस तास झाले असले, तरी तुम्हा सर्वांना गॅस चेंबरची भीती वाटण्याची गरज नाही, यांच्यासारखा एखादा अपवाद वगळता.'' आणि मग तो माझ्याकडे निर्देश करून म्हणाला, ''मी मोकळेपणाने बोलतोय त्याचा राग मानू नकोस.'' इतरांना उद्देशून तो म्हणाला, ''तुमच्यापैकी फक्त याने पुढील निवडप्रक्रियेला घाबरलं पाहिजे. त्यामुळे निर्धास्त रहा!''

आणि मी फक्त हसलो. माझी आता खात्री झालीय की त्या दिवशी माझ्या जागी इतर कोणीही असतं, तर त्यानेदेखील हेच केलं असतं.

मला वाटतं, लेखक व तत्त्वज्ञानाचे अभ्यासक गॉटहोल्ड लेसिंग एकदा म्हणालेत, अशा काही गोष्टी असतात ज्या तुम्हाला तुमची तर्कबुद्धी गमवायला भाग पाडतात किंवा मुळातच तुमच्याकडे तर्कबुद्धी नसते. असामान्य परिस्थितीला असामान्य प्रतिक्रिया देणं हे माणसाचं अगदी सामान्य वर्तन आहे. एखाद्या असाधारण परिस्थितीत उदा. मनोरुग्णांच्या इस्पितळात पाठवलं जाणं, प्रमाणाबाहेर असाधारण प्रतिक्रिया मिळेल अशी आम्हा मनोविकार तज्ज्ञांचीदेखील समजूत असते. छळछावणीमध्ये दाखल झाल्यावर होणारी प्रतिक्रिया - असाधारण मनःस्थिती दर्शवते, परंतु वस्तुनिष्ठपणे विचार करता तीसुद्धा साधारण आहे आणि नंतर हे दाखवून देण्यात येईल की सदर परिस्थितीत ती प्रतिक्रिया साचेबद्ध आहे. थोड्यांच दिवसात मी वर्णन केलेल्या ह्या प्रतिक्रिया बदलायला सुरुवात होते. कैदी पहिल्या टप्प्यातून दुसऱ्या टप्प्यात औदासीन्यात पदार्पण करतात, ज्यामध्ये कैदी एक प्रकारचा भावनिक मृत्यू अनुभवतो.

कैद्यांच्या मानसिक अवस्थेतला बदल

आधी वर्णन केलेल्या प्रतिक्रियांव्यतिरिक्त नवीन आलेला कैदी अजूनही काही अत्यंत दुःखदायक भावना अनुभवतो व त्या सर्व भावना बोथट करण्याचा तो जबरदस्त प्रयत्न करतो. पहिलं म्हणजे त्याला कुटुंबाला भेटण्याची, घरी परतण्याची उत्कट इच्छा असते. बरेचदा ती इतकी तीव्र असते की, तो त्यात होरपळून जातो. दुसरं म्हणजे घृणा; त्याच्या आजूबाजूला असलेली कुरूपता, अगदी बाह्यस्वरूपात असलेली, त्याबद्दल घृणा.

बऱ्याचशा कैद्यांना चिध्यांपासून बनवलेले गणवेश दिले होते. अगदी बुजगावणंदेखील त्यांच्यापुढे आकर्षक वाटलं असतं. दोन खोल्यांच्या मधील भागात घाणीचे डोंगर होते आणि ते साफ करायचे म्हणजे त्या घाणीत हात घालणं आलं. नुकतंच आगमन झालेल्या कैद्याला शौचालयं स्वच्छ करणं, घाण उपसणं या कामाला लावण्याचा प्रघात होता. खडबडीत रस्त्यांवरून ती घाण वाहून नेत असताना चेहऱ्यावर घाणीचे शिंतोडे उडणं अगदी नेहमीचंच होतं. मात्र यावर एखाद्या कैद्याने किळस व्यक्त केली किंवा ती घाण पुसून टाकण्याचा प्रयत्न केला, तर कॅपोकडून शिक्षा म्हणून फटके मिळत असतं. अशा प्रकारे सर्वसाधारण प्रतिक्रिया ताब्यात ठेवण्याची प्रक्रिया लवकर घडून आली.

सुरुवातीला एखाद्या कैद्याला दिसलं की दुसऱ्या गटाला शिक्षा दिली जात आहे तर तो ते दृश्य पाहणं टाळत असे; आपल्या बरोबरच्या कैद्यांना दलदलीतून फेऱ्या माराव्या लागत आहेत व सतत फटके देऊन त्यांच्या हालचालींवर लक्ष ठेवलं जात आहे हे पाहणं त्याला सहन होत नसे. काही दिवस लोटल्यानंतर मात्र गोष्टी बदलल्या. सकाळी लवकर उजाडण्यापूर्वी तो कैदी फेऱ्या मारण्यासाठी दरवाजासमोर उभा होता, अगदी अलिप्तपणे त्याने किंचाळी ऐकली व आपल्या सहकाऱ्याला कसं जमिनीवर लोळवण्यात आलंय, तो कसाबसा पुन्हा उभा राहिलाय व परत त्याला लोळवण्यात आलंय हे त्याने पाहिलं आणि कारण काय? तर त्याला ताप आला होता. परंतु तो अयोग्य वेळी उपचार केंद्रात गेला. आपल्या कामातून रजा मिळण्यासाठी त्याने नियमांना सोडून असलेला मार्ग अवलंबला यासाठी त्याला शिक्षा होत होती.

परंतु ज्या कैद्याने मानसिक प्रतिक्रियांच्या दुसऱ्या टप्प्यात प्रवेश केला होता तो आता नजर चुकवत नसे. तोपर्यंत त्याच्या भावना बोथट झाल्या होत्या आणि

तो विचलित न होता ते दृश्य पाहू शकत होता.

अजून एक उदाहरण : कैदी उपचार केंद्रात वाट पाहत उभा होता. दुखापत किंवा ताप किंवा सूज आल्यामुळे दोन दिवस छावणीच्या आत काहीतरी हलकं काम मिळेल या आशेने जेव्हा एका बारा वर्षाच्या मुलाला तिथे आणलं - ज्याला तासन्तास बर्फात जबरदस्तीने उभं केलं होतं किंवा छावणीबाहेर अनवाणी काम करावं लागलं होतं कारण त्याच्या मापाचे बुट नव्हते, तेव्हासुद्धा हा कैदी विचलित झाला नाही. त्या मुलाच्या पायाच्या बोटांना हिमबाधा झाली होती आणि डॉक्टर चिमट्याने गँगरीनने काळे पडलेले मांस एक एक करून उपटत होता. भय, दया किंवा घृणा या भावना त्या कैद्यांना आता जाणवेनाशा झाल्या होत्या. छावणीत काही आठवडे घालवल्यानंतर दुःख भोगणारे, मृत्यूशी झगडणारे व मृत झालेले लोक हे इतकं नेहमीचं दृश्य होऊन बसलं होतं, की ते आता त्याला जराही विचलित करू शकत नव्हतं.

मी काही काळ टायफस (एक संसर्गजन्य रोग) झालेल्या रुग्णांच्या खोलीमध्ये घालवला. ह्या आजारात खूप जास्त ताप येतो, बऱ्याचदा बुद्धी भ्रमिष्ट होते व अनेकदा मृत्यू संभावतो. एकदा रुग्ण नुकताच दगावला असताना पुढे जो प्रसंग घडला, तो मी भावनाविवश न होता पाहिला. पुढे प्रत्येक मृत्यूच्यावेळी तोच प्रसंग पुन्हा पुन्हा घडत राहिला. एक एक करून सर्व कैदी त्या प्रेताजवळ आले. एकाने त्या मृत रुग्णाचं जेवणाचं ताट ताब्यात घेतलं; दुसऱ्याने ठरवलं की त्या प्रेताचे लाकडी बुट स्वतःच्या बुटापेक्षा चांगले आहेत व त्यांची अदलाबदल केली. तिसऱ्याने मृत्यू झालेल्या माणसाचा कोट बळकावला आणि चौथ्याला तर फक्त दोरा मिळाला त्याचाही आनंद झाला. कल्पना करा!

मी हे सगळं निर्विकारपणे पाहिलं. नंतर प्रेत घेऊन जाण्यासाठी मी परिचारकाला बोलावलं. त्याने प्रेताच्या पायाला धरून ते खाली खेचलं. पन्नास टायफस रुग्णांच्या बंकबेडमधील चिंचोळ्या जागेतून खडबडीत जमिनीवरून फरफटवत ते दारापर्यंत नेलं. दारापाशी असलेल्या दोन पायऱ्या आम्हाला नेहमीच अवघड वाटायच्या, कारण सतत कुपोषण झाल्यामुळे आम्हाला थकवा जाणवत असे. छावणीमध्ये काही महिने घालवल्यानंतर आम्हाला त्या प्रत्येकी सहा इंच उंचीच्या दोन पायऱ्या चालत ओलांडता येत नव्हत्या तर बाजूच्या कठड्याचा हाताने आधार घेत, स्वतःला खेचत वर चढाव्या लागत होत्या.

प्रेत वाहून नेणारा माणूस पायऱ्यांजवळ पोहोचला. मोठ्या कष्टाने त्याने स्वतःला वर खेचलं. नंतर ते प्रेत. प्रथम पाय, नंतर धड व शेवटी विचित्र खडखडाट करत प्रेताचं डोकं पायऱ्यांवर आपटत खेचलं गेलं. खोलीच्या दुसऱ्या टोकाला मला जागा दिली होती. जमिनीलगत असलेल्या छोट्याशा एकमेव खिडकीच्या बाजूला माझ्या गार गार हातांनी मी गरम सुपचं भांडं पकडलं होतं व अधाशीपणे ते पित होतो. माझं लक्ष खिडकीच्या बाहेर गेलं. बाहेर नेलेलं प्रेत चमकणाऱ्या डोळ्यांनी माझ्याकडे रोखून पाहत होतं. जेमतेम दोन तासांपूर्वी मी त्या व्यक्तीशी बोललो होतो, आणि आता तो मरण पावला होता. आता मी माझं सुप पिणं चालू ठेवलं.

माझ्या व्यावसायिक पार्श्वभूमीमुळे भावनांचा पूर्णपणे अभाव असणं ही गोष्ट मला आश्चर्यजनक वाटली, नाहीतर हा प्रसंग आज माझ्या लक्षातही राहिला नसता, कारण तो मनाला फारसा स्पर्शून गेला नव्हता.

बेपर्वाई, भावना बोथट होणं आणि आता काळजी करणं अशक्य आहे ही जाणीव ही कैद्यांच्या मानसिक प्रतिक्रियेतील दुसऱ्या टप्प्यांची काही लक्षणं होती व त्यामुळे दररोज प्रत्येक तासाला दिल्या जाणाऱ्या माराला तो हळूहळू असंवेदनशील झाला आणि हा असंवेदनशीलपणाच त्याचं अत्यंत आवश्यक असं सुरक्षाकवच बनलं.

5

मारहाण आणि अपमान

अगदी क्षुल्लक कारणावरूनसुद्धा जोरदार मार बसत असे. कधीकधी तर कारण नसतानासुद्धा. उदा. आमच्या कामाच्या ठिकाणी पावाच्या तुकड्यासाठी आम्हाला रांगेत उभं राहावं लागत असे. एकदा माझ्या मागचा माणूस बरोबर मध्यात उभं न राहता थोडा बाजूला उभा होता व एका नाझी सैनिकाला या गोष्टींचा खूप राग आला. माझ्यामागे रांगेमध्ये काय घडतंय किंवा त्या नाझी सैनिकांच्या मनात काय आहे याची मला जराही कल्पना नव्हती परंतु अचानक माझ्या डोक्यावर दोन जोरदार फटके बसले. तेव्हा कोठे हातात काठी घेतलेला सैनिक माझ्या बाजूला उभा असलेला मला दिसला. अशा प्रसंगांमध्ये शारीरिक वेदनांचा त्रास जास्त होत नाही. (आणि हे लहान मुलं व प्रौढ व्यक्ती दोघांच्याही

बाबतीत लागू आहे.) तर अन्याय व गैरवाजवीपणा यामुळे मानसिक क्लेश जास्त होतो.

विचित्र गोष्ट अशी की खुणा न राहिलेले फटके जास्त वेदना देतात. एकदा हिमवादळ झालं असताना आमच्या तुकडीचं रेल्वेच्या रुळांचं काम चालू होतं. बाहेरील हवामान बिघडलं असलं तरी आमचं काम चालूच होतं. रुळांमध्ये खडी टाकण्याचं काम मी अविरतपणे करत होतो, कारण त्यामुळे ऊन मिळत होतं. फक्त एक क्षण मी श्वास भरून घेण्यासाठी थांबलो व माझ्या फावड्याला टेकून थोडं विसावलो. दुर्दैवाने सैनिकाने बरोबर त्याचवेळी मागे पाहिलं व त्याला वाटलं की, मी कामचुकारपणा करतोय. माझा अपमान करून किंवा मला फटके मारून त्याने मला दुःख दिलं नाही. त्या सैनिकाला समोर उभ्या असलेल्या जीर्ण, कृश आकृतीसाठी जी मानवीसुद्धा वाटत नव्हती, एक शब्दही वाया दवडावासा वाटला नाही. अगदी शिवीसुद्धा नाही. त्याऐवजी सैनिकाने मजेत एक दगड उचलला आणि माझ्याकडे फेकला. अशा पद्धतीची वागणूक प्राण्याला देतात, माणसाला नाही.

आम्हाला होणाऱ्या मारहाणीमधील सर्वांत दुःखदायक भाग म्हणजे त्यात असलेली मानहानी. एकदा आम्हाला बर्फाच्या रस्त्यावरून खूप वजनदार, लांबलचक लोखंडी तुळई वाहून नेण्याचं काम दिलं होते. एक माणूस घसरला असता तर त्याच्याबरोबर तीच तुळई वाहणाऱ्या इतरांनादेखील धोका होता. माझ्या एका जुन्या मित्राचे नितंबाचे साधे जन्मतः निखळले होते. असं असतानासुद्धा तो काम करू शकतोय याचा त्याला आनंद होता, कारण अपंग व्यक्तींना अगदी नक्कीच गॅस चेंबरला पाठवलं जात असे. त्या तुळईच्या प्रचंड भारामुळे तो इतका लंगडत चालत होता की तो स्वतः पडणार आणि इतरानांही आपल्याबरोबर पाडणार असं वाटत होतं. मी तुळई वाहण्याचं काम करत नव्हतो. त्यामुळे फारसा विचार न करता पटकन त्याच्या मदतीला धावून गेलो. पुढच्याच क्षणी माझ्या पाठीवर जोरदार प्रहार झाला. मला सक्त ताकीद देण्यात आली व माझ्या जागेवर परतण्याचा हुकूम देण्यात आला. ज्या सैनिकाने मला मार दिला होता, तोच काही मिनिटांपूर्वी आम्हाला म्हणाला होता की आमच्यामध्ये एकमेकांना सहकार्य करण्याची भावना नाही व त्याने आम्हाला 'डुक्कर' म्हणून हिणवलं होतं.

अजून एके वेळी आम्ही जंगलात –१६.६ अंश सेल्सियस तापमानामध्ये पाण्याचे पाईप घालण्यासाठी जमीन खोदत होतो, जी थिजल्यामुळे अत्यंत कठीण

झाली होती. मी जेव्हा अगदी अशक्त झालो होतो. तेवढ्यात तेथून एक सैनिक आला, ज्याचे गोबरे गुलाबी गाल होते. त्यांचा चेहरा मला एखाद्या डुकराच्या डोक्यासारखा वाटला. त्या कडाक्याच्या थंडीत त्याने छान उबदार हातमोजे घातले होते. काही वेळ तो शांत राहून माझं निरीक्षण करत होता. आता काहीतरी विपरीत घडणार असं मला जाणवलं, कारण माझ्या समोरील मातीचा ढिगारा तो मला मी किती खणलं, ते बघत दाखवत होता.

तो म्हणाला, ''अरे डुकरा! मी तुझ्यावर पूर्ण वेळ नजर ठेवून आहे. मी आता तुला शिकवतो कसं काम करतात ते. नीट काम केलं नाहीस तर जनावरासारखा मरशील. दोन दिवसांत मी तुला खत्म करीन. आयुष्यभर तू काहीच काम केलेलं दिसत नाही. कोण होतास तू डुकरा? व्यापारी?''

कुठल्याही घटनेचा, परिणामांचा विचार करण्यापलीकडे मी पोहोचलो होतो. परंतु त्याने जीवे मारण्याची दिलेली धमकी मी गंभीरपणे घेणं गरजेचं होतं. म्हणूनच मी उभा राहिलो व त्याच्या नजरेला नजर भिडवत म्हणालो, 'मी डॉक्टर होतो – तज्ज्ञ डॉक्टर.'

''काय? डॉक्टर?''

''तू नक्कीच लोकांकडून पैसे उकळले असणार.''

खरंतर मी बरेचदा गरिबांसाठी असलेल्या दवाखान्यात मोबदला न घेता काम केलंय.

मी फारच बोलून गेलो होतो. तो माझ्यावर तुटून पडला, मला जमिनीवर लोळवलं व वेड्यासारखा ओरडत राहिला.

मला नक्की आठवत नाही, तो काय ओरडत होता. ह्या क्षुल्लक दिसणाऱ्या गोष्टींमधून मला हे दाखवून द्यायचं आहे की, असे काही क्षण येतात, जेव्हा भावनाशून्य दिसणाऱ्या कैद्यालासुद्धा संतापाची तिडीक येते. क्रौर्य किंवा दुःख याबद्दल हा संताप नसतो तर त्यातून होणाऱ्या मानहानीबद्दल हा संताप असतो. त्या वेळी माझ्या डोक्यात राग गेला कारण ज्या माणसाला माझ्याबद्दल काहीही माहीत नाही, त्याने माझ्या आयुष्याचा केलेला निवाडा मला ऐकून घ्यावा लागत होता. जो माणूस (मला कबूल करावं लागेल की तो प्रसंग झाल्यावर माझ्यासोबत असलेल्या कैद्यांना मी जे पुढे सांगितलं, त्यामुळे मला एक बालिश आनंद

मिळाला.) इतका अश्लील, क्रूर, दिसत होता की माझ्या दवाखान्यातल्या नर्सने त्याला प्रतीक्षालयातदेखील बसून दिलं नसतं.

कॅपोची मेहरबानी

सुदैवाने माझा गटप्रमुख असलेल्या कॅपोचे माझ्याशी चांगले संबंध होते. त्याला मी आवडायचं कारण कामाचं ठिकाण दूर असायचं आणि तेथे पोहोचेपर्यंत रस्त्यात त्याच्या प्रेमकहाण्या व वैवाहिक समस्या मी लक्षपूर्वक ऐकून घ्यायचो. त्याच्या व्यक्तिमत्त्वाचं मी केलेलं विश्लेषण व मानसोपचारतज्ज्ञ म्हणून मी दिलेला सल्ला यामुळे माझा त्याच्यावर प्रभाव पडला होता. तो कृतज्ञ होता आणि माझ्यासाठी हे खूप मोलाचं होतं. अनेक वेळा तो दोनशे ऐंशी लोकांमधून पहिल्या पाच रांगेमध्ये माझ्यासाठी त्याच्या शेजारी जागा राखून ठेवत असे. त्यानी माझ्यावर केलेले हे उपकार महत्त्वाचे होते.

भल्या पहाटे उजाडण्यापूर्वीच आम्हाला रांगेत उभं राहावं लागत असे. उशीर झाला तर रांगेत शेवटी उभं राहावं लागेल अशी भीती प्रत्येकाला होती. एखाद्या अप्रिय, कठीण कामासाठी माणसं हवी असतील तर वरिष्ठ कॅपो जिथे हजर होत व बहुधा मागील रांगांमधून लोकांची निवड करत. या निवडलेल्या लोकांची बदली दुसऱ्या एखाद्या भयंकर कामासाठी केली जात असे - जेथील सैनिकसुद्धा अत्यंत विक्षिप्त असत. क्वचितच वरिष्ठ कॅपो, पहिल्या पाच रांगांमधून लोकांची निवड करत, ज्यांनी ज्यादा शहाणपणा दाखवलाय त्यांना अद्दल घडविण्यासाठी. सगळ्या विनवण्या व गयावया यांना लाथाबुक्क्यांनी उत्तर दिलं जायचं आणि निवड झालेल्या कैद्यांना शिव्या घालत, फटके मारत कामाच्या ठिकाणी पिटाळलं जायचं.

परंतु जोपर्यंत माझ्या कॅपोला त्याचं मन हलकं करण्यासाठी माझी गरज होती, तोपर्यंत मी सुरक्षित होतो. त्याच्या शेजारची मानाची जागा माझ्यासाठी राखून ठेवली जायची. अजून एक फायदासुद्धा होता. इतर कैद्यांप्रमाणे मलासुद्धा इडेमाचा त्रास होता. माझ्या पायांना इतकी सूज आली होती की, त्वचा ताणली गेल्यामुळे मला गुढगासुद्धा वाकवता येत नव्हता. बुट पायात जावेत यासाठी मी त्याची लेसही बांधत नव्हतो. जरी माझ्याकडे पायमोजे असते तरी ते घालायला जागा नव्हती. त्यामुळे थोडा पाय उघडा राहायचा व तो सतत ओला असायचा आणि बुट नेहमी बर्फाने भरलेले असायचे. अशामुळे हिमबाधा होणं, भेगा पडणं,

सूज येणं साहजिकच होतं. प्रत्येक पाऊल उचलणं अत्यंत कर्मकठीण काम होतं.

बर्फाच्छादित प्रदेशातून जाताना आमच्या बुटावर बर्फ जमा व्हायचा. माणसं सारखी घसरायची आणि त्यांच्या मागून येणारी माणसं अडखळून त्यांच्यावर पडायची. मग आमचा ताफा थोडा वेळ थांबायचा, परंतु फार नाही. लगेच एखादा सैनिक येऊन परिस्थितीचा ताबा घ्यायचा व बंदूक ढोसून लोकांना लवकर उठायला लावायचा. ताफ्यामध्ये तुम्ही जेवढे पुढे असाल तेवढ्या कमी वेळा तुम्हाला थांबावं लागायचं आणि वाया गेलेला वेळ भरून काढण्यासाठी दुखल्या पायाने धावण्याचे प्रसंगही कमी यायचे. माझ्या महान कॅपोने त्याचा डॉक्टर म्हणून स्वतःहून माझी नेमणूक केल्यामुळे मला ताफ्याच्या पहिल्या रांगेत व्यत्यय न येता ठरावीक वेगाने जाण्याचं सुख लाभलं होतं.

माझ्या या सेवेबद्दल जास्तीचा मोबदला म्हणून आमच्या कामाच्या ठिकाणी जेव्हा सुप असायचं, तेव्हा तो पळी अगदी तळाशी नेऊन दोन-चार वाटाणे मला सुपबरोबर वाढायचा. पूर्वी सैन्यात अधिकारी असलेला हा कॅपो, माझा फोरमनशी वादविवाद झाला असताना - एरवी तो खूप चांगलं काम करतो - असं त्या फोरमनच्या कानात कुजबुजण्याचं धाडसदेखील करत होता. फोरमनवर याचा फारसा परिणाम झाला नसला तरी त्याने माझा जीव तरी नक्कीच वाचवला. (अनेक वेळा जीव वाचविण्याचे प्रसंग आले.) फोरमनशी झालेल्या प्रकरणानंतर दुसऱ्याच दिवशी त्याने मला लपून छपून कामाच्या दुसऱ्या गटामध्ये सामील करून घेतलं.

असेही काही फोरमन होते, ज्यांना आमच्या यातना पाहून वाईट वाटायचं आणि आमची परिस्थिती सुधारण्यासाठी ते खूप प्रयत्न करायचे. निदान इमारतींच्या बांधकामाच्या ठिकाणी असे काही दयाळू फोरमन होते. परंतु तेसुद्धा आम्हाला सतत आठवण करून देत राहायचे की सर्वसाधारण मजूर आमच्यापेक्षा किती पट जास्त काम करतात आणि तेदेखील कमी वेळात, परंतु त्यांना समजावून सांगितलं तर त्यांना हे पटायचं की सामान्य मजूर दररोज १० १/२ औंस पाव (खरंतर बरेचदा याहूनही कमी) आणि पावणे दोन कप पिंट पातळ सुप यावर जगत नसतो; सामान्य मजुराला आपल्या कुटुंबाची काहीही बातमी नसणं, त्यांना दुसऱ्या छावणीत धाडण्यात आलंय की गॅस चेंबरला, अशा प्रकारच्या मानसिक तणावाचा सामना करावा लागत नाही; सामान्य मजुराला दररोज अगदी प्रत्येक तासाला मृत्यूची धमकी दिली जात नाही. एकदा एका दयाळू फोरमनला मी असंसुद्धा

म्हणालो, हे रस्ता तयार करण्याचं काम मी तुझ्याकडून जितक्या कमी वेळात शिकलो, तितक्या वेळात तू माझ्याकडून मेंदूचं ऑपरेशन करायला शिकलास तर मला तुझा खूप आदर वाटेल आणि त्यानं स्मितहास्य केलं.

जीव वाचण्याची हमी

औदासीन्य, जे दुसऱ्या टप्प्यात - महत्त्वाचं लक्षण दिसून येतं, ते स्वतःचं संरक्षण करण्याच्या दृष्टीने आवश्यक अशी यंत्रणा आहे. वस्तुस्थिती धूसर होती आणि आमचे सर्व प्रयत्न व सगळ्या भावना एका लक्ष्याकडे केंद्रित झाल्या होत्या : स्वतःचा व सोबत्यांचा जीव जपणं. संध्याकाळी कामावरून छावणीकडे परतताना, अनेकदा सुटकेच्या निःश्वासाबरोबर हे उद्गार कानी पडायचे, चला, अजून एक दिवस संपला.

मानसिक ताण आणि जिवंत राहण्यासाठी सतत आटोकाट प्रयत्न करत राहणं या गोष्टींमुळे कैद्याची आंतरिक स्थिती अगदी प्राथमिक दर्जाची बनणं साहजिकच होतं. छावणीतील माझे अनेक सोबती ज्यांनी मनोविश्लेषणाचं प्रशिक्षण घेतलं होतं, ते बरेचदा छावणीतील रहिवाशांमधील 'प्रतिगमन' मानसिक विश्व संकुचित होत होत प्राथमिक स्वरूपाप्रत माघारी येणं, याविषयी बोलत. त्यांच्या इच्छा, आकांक्षा स्वप्नांमधून व्यक्त होत असत.

6

कैद्याचं जीवन आणि पोटभर जेवणाची कमतरता

कैद्यांना सर्वांत जास्त कसली स्वप्नं पडायची? ब्रेड, केक, सिगारेट व गरम पाण्याची मस्त आंघोळ या गोष्टींची. ह्या अगदी साध्या मूलभूत गरजा पूर्ण न झाल्यामुळे या इच्छा स्वप्नांद्वारे पूर्ण केल्या जायच्या. या स्वप्नांचा काही चांगला परिणाम व्हायचा की नाही, ते माहीत नाही; परंतु स्वप्न पाहणाऱ्याला त्यातून जागं व्हावं लागायचं व छावणीतील वस्तुस्थितीमध्ये परत यावं लागायचं. त्याची भ्रामक स्वप्न व वस्तुस्थिती यांतील भयानक विरोधाभास स्वीकारावा लागायचा.

एका रात्री बरोबरच्या एका कैद्याच्या कण्हण्याच्या आवाजाने मला कशी जाग आली ते मी कधीच विसरू शकणार नाही. नक्कीच त्याला भयानक स्वप्न पडलं होतं; ज्यामुळे तो झोपेतच अस्वस्थपणे चळवळ करत होता. भ्रमात वावरणाऱ्या

किंवा भीतीदायक स्वप्न पाहणाऱ्या व्यक्तीबद्दल मला आधीपासूनच सहानुभूती होती. त्यामुळे मी त्या बिचाऱ्या माणसाला जागं करायला गेलो. आणि अचानक त्याला उठवायला नेलेला हात मी मागे घेतला. मी हे काय करतोय, अशी भीती वाटली. त्या क्षणी मला तीव्रतेने एक सत्य जाणवलं की कोणतंही स्वप्न मग ते कितीही भयंकर असू दे तरीही ते छावणीत आमच्या भवताली असलेल्या वस्तुस्थितीइतकं वाईट असू शकत नाही आणि मी त्याला या वस्तुस्थितीत परत बोलवायला निघालो होतो.

कैद्यांना फार मोठ्या प्रमाणात कुपोषण सहन करावं लागल्यामुळे साहजिकच 'अन्नाची इच्छा' या मूलभूत वृत्तीमध्ये कैद्यांची मानसिकता केंद्रित झाली होती. आपण एक उदाहरण घेऊ. बहुतांशी कैदी जेव्हा एकमेकांच्या सान्निध्यात काम करत असत व त्यांच्यावर सक्त पहारा नसे, तेव्हा लगेचच खाद्यपदार्थांवर चर्चा सुरू करत. खंदकामध्ये काम करणारा एक कैदी शेजारी काम करणाऱ्या दुसऱ्याला त्याचा सर्वांत आवडता पदार्थ विचारायचा. मग ते खाद्यपदार्थांच्या कृती एकमेकांना सांगायचे व त्यांच्या पुनर्भेटीच्या दिवसासाठी जेवणाचा बेत निश्चित करायचे. खूप दूरवरच्या भविष्यातील असा दिवस - जेव्हा त्यांची सुटका झाली असेल व ते घरी परतले असतील - त्यांचं हे संभाषण सुरू राहायचं, अगदी तपशीलवार चित्र उभं केलं जायचं आणि मग अचानक कोणीतरी वरून धोक्याची सूचना द्यायचं, बहुधा एखाद्या सांकेतिक शब्द किंवा आकड्याच्या स्वरूपात : सैनिक येत आहे.

मला मात्र नेहमीच अन्नाविषयी चर्चा करणं हानिकारक वाटायचं. ज्या जीवाने अत्यंत कमी आहार व उष्मांक यांच्याशी कसंबसं जुळवून घेतलं आहे, त्याच्यासमोर सुग्रास पदार्थांचं तपशीलवार वर्णन करून व चित्र उभं करून त्याची अन्नाची वासना चाळवणं योग्य आहे का? त्यातून जरी काही क्षणांसाठी मानसिक दिलासा मिळत असला, तरी तो भ्रम असल्यामुळे शारीरिक पातळीवर नक्कीच अपायकारक असणार.

आमच्या तुरुंगवासाच्या उत्तरार्धात दिवसाच्या आहारामध्ये पाणीदार सूप व छोटासा ब्रेड यांचा समावेश होता. याव्यतिरिक्त जास्तीचा भत्ता म्हणून तीन चतुर्थांश औंस लोणी किंवा निकृष्ट दर्जाचा मांसाचा तुकडा किंवा चीजचा छोटा तुकडा किंवा थोडा मध किंवा चमचाभर पाणीदार जॅम असं रोज वेगवेगळं दिलं जायचं. आम्ही करत असलेली प्रचंड शारीरिक मेहनत व पुरेसे कपडे नसताना आम्हाला गोठवणाऱ्या थंडीचा सतत करावा लागणारा सामना हे लक्षात घेता

उष्मांकाच्या दृष्टीने हा आहार अगदीच अपुरा होता. आजारी व्यक्ती ज्यांची विशेष देखभाल केली जायची - ज्यांना कामासाठी छावणी न सोडता तिथेच पडून राहण्याची परवानगी होती, त्यांची अवस्था तर अधिकच वाईट होती.

आमच्या त्वचेखालील चरबीचा अगदी शेवटचा थरसुद्धा संपुष्टात आला व आम्ही सापळ्यासारखे दिसू लागलो. आमच्या डोळ्यांदेखत आमचं शरीर नाश पावत होतं. शरीरातील प्रथिने पचवून जीवाने तग धरला होता व स्नायू पार दिसेनासे झाले होते. शरीरात थोडीसुद्धा प्रतिकारशक्ती उरली नाही. एकामागून एक आमच्या खोलीतील सदस्य मृत्यू पावत होते. आता पुढची पाळी कोणाची असणार, आणि स्वतःची वेळ कधी येणार, याचा बऱ्यापैकी अचूक अंदाज आमच्यातील प्रत्येकजण लावू शकत होता. अनेकदा निरीक्षण केल्यानंतर आम्हाला लक्षणं चांगली माहीत झाली होती. त्यामुळे आमचं पूर्वनिदान सहसा चुकत नसे.

हा फार काळ जगणार नाही किंवा आता याचा नंबर लागणार, 'आम्ही एकमेकांत कुजबुजायचो आणि शरीरावरील उवा शोधण्याचा आमचा दररोज कार्यक्रम असायचा. त्या वेळी उघडी शरीरं पाहून आमच्या सर्वांच्या मनात एकच विचार डोकवायचा : हे जे शरीर आहे, माझं शरीर ते आत्ताच अगदी प्रेतासारखं झालंय. माझी ही काय अवस्था झाली आहे? मानवी मांसाच्या गोळ्याचा मी फक्त एक छोटासा भाग आहे... विजेरी तारांच्या कुंपणात बंदिस्त असलेला मांसाचा गोळा, छावणीतील छोट्या छोट्या खोल्यांमध्ये कोंबलेला गोळा; दररोज ज्या गोळ्यांचा थोडासा भाग निर्जीव झाल्यामुळे सडायला सुरुवात होते.

आधी म्हटल्याप्रमाणे कैद्याला एका क्षणाची जरी उसंत मिळाली, तरी अन्नाचे व आवडत्या खाद्यपदार्थांचे विचार त्याच्या मनाचा ताबा घेत. ते विचार त्याला टाळता येत नसत. हे अगदी स्पष्ट होतं की आमच्यातील सर्वांत धैर्यवान व्यक्तीसुद्धा अशा काळाची आतुरतेने वाट पाहत होती, जेव्हा चांगलं अन्न पुन्हा खायला मिळेल. फक्त चांगल्या अन्नाची इच्छा म्हणून नव्हे तर अन्न सोडून इतर कोणताही विचार करू न देणारं पशूसारखं अमानवी अस्तित्व एकदाचं संपुष्टात आलं या जाणिवेसाठी.

ज्यांनी हा अनुभव घेतला नाही, त्यांना एका उपासमार झालेल्या माणसाला कसं मानसिक संघर्ष व इच्छाशक्तीशी झुंज अशा आत्मविनाशी अनुभवांना सामोरं जावं लागतं, याची पुसटशीसुद्धा कल्पना येणार नाही. त्यांना जराही समजणार

नाही की, खंदकामध्ये खणण्याचे काम करता करता फक्त ९.३० किंवा १०.०० वाजता होणाऱ्या भोंग्याची उत्कंठेने वाट पाहणं म्हणजे काय असतं, अर्ध्या तासाची जेवणाची सुट्टी जेव्हा ब्रेड वाटला जायचा (उपलब्ध असेपर्यंत); फोरमनला सतत वेळ विचारत राहणं (जर तो फार रागीट नसेल तर,) आणि कोटच्या खिशातील ब्रेडच्या तुकड्याला हळुवार स्पर्श करणं, हातमोजे न घातल्यामुळे गोठलेल्या बोटांनी प्रथम त्याला कुरवाळणं, नंतर त्याचा एक छोटा तुकडा तोडून स्वतःच्या तोंडात घालणं आणि शेवटी उरलीसुरली सर्व इच्छाशक्ती पणाला लावून तो पुन्हा खिशात ठेवणं, तो दुपारपर्यंत जपून ठेवण्याचं स्वतःला बजावणं म्हणजे एक काम असतं.

छावणीतील वास्तव्याच्या उत्तरार्धात आम्हाला दररोज फक्त एक वेळच ब्रेडचा एक छोटा तुकडा दिला जायचा. तो कसा व कधी खायचा, यावर आमच्यात सतत वादविवाद सुरू असायचा. यामध्ये दोन प्रकारचे मतप्रवाह होते. पहिल्यानुसार मिळालेलं अन्न लगेचच खाण्याकडे कल होता. यातील दोन फायदे म्हणजे निदान दिवसातून एक वेळा तरी अगदी अल्प काळाकरता का होईना, प्रचंड भुकेचं शमन होणं आणि ते अन्न चोरी होईल अशीही भीती नसणं. दुसरा गट अन्नाची विभागणी करत असे व त्यामागे त्यांची काही कारणं होती. शेवटी मी ह्या गटात सामील झालो.

छावणीतील दिवसाच्या चोवीस तासांपैकी सर्वांत भयंकर क्षण कोणता असेल तर तो झोपेतून जागं होण्याचा क्षण. रात्रीचा प्रहर असतानाच, तीनदा कर्कशपणे शिट्टी वाजायची व दमूनभागून गाढ निद्रेत असलेल्या आम्हाला निर्दयीपणे आमच्या स्वप्नांमधून खडबडून जागं केलं जायचं. मग आमच्या ओल्या बुटांबरोबर आमची झोंबाझोंबी सुरू व्हायची, पाय जखमी, सुजलेले असल्यामुळे बुटात घालताना वेदना उसळायची आणि मग छोट्या छोट्या समस्यांबद्दल नेहमीचंच कण्हणं व विव्हळणं चालू व्हायचं. उदा. बुटात नाडीऐवजी वापरण्यात आलेल्या वायरी तुटणं.

एका दिवशी सकाळी, मी ज्याला हिंमतवान व आदरणीय समजत होतो अशा व्यक्तीने लहान मुलासारखी रडायला सुरुवात केली, कारण त्याला बर्फामध्ये अनवाणी जावं लागणार होतं. त्याचे बुट त्याला खूपच लहान होत होते. त्या भयानक क्षणी मला मात्र थोडा दिलासा मिळाला; माझ्या खिशातून मी एक छोटा पावाचा तुकडा काढला व अत्यंत आनंदाने तो चघळत बसलो.

कमालीची उपासमार हे जरी अन्नाबद्दल सतत विचार करत राहण्यामागचं कारण असलं तरी त्यातून अजून एका गोष्टीचं स्पष्टीकरण मिळालं. कैद्यांमध्ये कुठल्याही प्रकारची कामवासना सर्वसाधारणपणे का दिसून येत नव्हती? सुरुवातीला जबरदस्त धक्का बसल्याचा परिणाम असेल परंतु ते वगळता मानसशास्त्रज्ञांना पुरुषांच्या वस्तीमध्ये, उदा. सैनिकांच्या छावण्यांत लैंगिक विकृतीचे जे प्रकार आढळतात, ते आमच्या छावण्यांत फारसे दिसले नाहीत, यामागचं कारण उपासमार हेच असू शकेल. अगदी स्वप्नातसुद्धा कैदी सेक्समध्ये रममाण होत नसे. परंतु त्यांच्या दबून टाकलेल्या भावनांना, प्रगल्भ जाणिवांना मात्र स्वप्नांमध्ये नक्कीच व्यक्तरूप मिळत होतं.

बहुतांशी कैद्यांनी मूलभूत गरजांकडे व फक्त स्वतःची कातडी वाचविण्याकडे प्रयत्न केंद्रित केल्यामुळे ज्या गोष्टी हे उद्दिष्ट साध्य करत नाहीत, त्याकडे पूर्णपणे दुर्लक्ष केलं होतं व त्यांच्या भावनाशून्यपणाचंसुद्धा हेच कारण होतं. जेव्हा मला ऑस्विट्झमधून डकावशी संलग्न असलेल्या एका छावणीत हलविण्यात आलं, तेव्हा मला ही गोष्ट स्पष्टपणे उमगली.

7

माझ्या घराची एक झलक

आम्हाला - साधारणपणे २००० कैदी - तिथे नेणारी ट्रेन व्हिएन्नामधून जाणार होती. मध्यरात्रीच्या सुमारास आम्ही व्हिएन्नामधील एका स्टेशनात पोहोचलो. पुढील प्रवासात आम्हाला माझं जन्मठिकाण लागणार होतं. मला कैदी म्हणून पकडण्यापूर्वी ज्या घरी अनेक वर्षे राहिलो, ते घर वाटेत लागणार होतं.

आम्हाला पन्नास जणांना एका डब्यामध्ये कोंबण्यात आलं होतं व बाहेर पाहण्यासाठी दोन छोटी छिद्रं होती. आमच्यापैकी अर्ध्या लोकांना दाटीवाटीने खाली बसायला जागा मिळाली आणि तासन्तास उभ्या असलेल्या इतरांनी पिपहोलच्या जवळ गर्दी केली. पायाच्या बोटांवर उभं राहून माझ्या पुढे असलेल्या लोकांच्या डोक्यांमधून खिडकीच्या गजांपलीकडे मला माझ्या जन्मगावाचं ओझरतं दर्शन झालं. आम्हाला सर्वांनाच जिवंत नाही तर मृतवत वाटत होतं. कारण आमचा असा समज होता की आम्हाला मथासेन येथील छावणीत घेऊन जात आहेत आणि आम्ही एक-दोन आठवडेच जिवंत राहणार आहोत. मला असं

स्पष्टपणे जाणवत होतं की मी माझ्या लहानपणीचे रस्ते, चौक व घरं एका मृत व्यक्तीच्या नजरेने पाहत आहे. जो दुसऱ्या जगातून परत आलाय आणि एका भुताने पछाडलेल्या शहराकडे पाहत आहे.

अनेक तासांनंतर शेवटी एकदाची ट्रेन स्टेशनमधून निघाली. आणि मग तो रस्ता आला - माझा रस्ता! तरुण मुलं ज्यांनी अनेक वर्षे छावणीत घालवली होती, त्यांच्यासाठी हा प्रवास एक निराश करणारा अनुभव होता व ते अगदी लक्षपूर्वक बाहेरचं दृश्य पाहत होते. मी त्यांना विनवणी करू लागलो. दयेची भीक मागू लागलो की मला फक्त एक मिनीट पुढे उभं राहू द्या. मी त्यांना समजवण्याचा प्रयत्न करत होतो की, आता या क्षणी खिडकीच्या बाहेर बघणं माझ्यासाठी किती महत्त्वाचं आहे. परंतु माझी विनंती अत्यंत उद्धटपणे धुडकावण्यात आली : तू इतकी वर्षं इथे राहिलास? मग तू आधीचं बरंच काही पाहिलं आहेस!

छावणीतील धार्मिक जीवन

सर्वसाधारणपणे छावणीमध्ये सांस्कृतिक निष्क्रियता असायची. मात्र याला दोन अपवाद होते : राजकारण व धर्म छावणीमध्ये सर्वत्र राजकारणावर बोललं जायचं, अगदी सतत. बहुधा चर्चा अफवांवर आधारित असायच्या व त्या झटकन पसरवल्या जायच्या. युद्धाच्या परिस्थितीबाबतच्या अफवा बहुतेक वेळा परस्परविरोधी असायच्या. त्या एकामागून एक वेगाने येत राहायच्या आणि त्या अफवांमुळे सर्व कैद्यांच्या मनात मानसिक युद्ध चालू राहायचं. बरेच वेळा लवकरच युद्ध संपणार अशा आशादायी अफवांमुळे जागृत झालेली उमेद भंग व्हायची. काहीजण सगळीच आशा गमावून बसायचे, परंतु जे उदंड आशावादी होते, ते सर्वांत जास्त त्रासदायक सोबती वाटायचे.

अगदी मनापासून ईश्वरभक्ती करण्याची आवड कैद्यांमध्ये निर्माण होत असे. एखाद्या नवागताला त्या श्रद्धेमधील कळकळ व दृढता पाहून आश्चर्य वाटत असे. आमच्या खोलीतील एका कोपऱ्यात केलेली किंवा जनावरांच्या वाहतुकीसाठी असलेल्या बंद ट्रकमधून दूरवरच्या कामाच्या ठिकाणाहून येताना अत्यंत दमलेले, भुकेलेले, गारठलेले असताना काळोखात केलेली उत्स्फूर्त प्रार्थना अविस्मरणीय होती.

१९४५ सालच्या हिवाळ्यात जवळजवळ सर्वच कैद्यांना टायफस ह्या रोगाचा

संसर्ग झाला. कैद्यांना शक्य होईल तोपर्यंत कठीण परिश्रम करावे लागत होते. त्यामुळे अशक्त कैदी मृत्युमुखी पडत होते. आजारी व्यक्ती राहण्यासाठी अपुरी सोय होती, देखभाल करायला कोणी नव्हतं व औषधंही नव्हती. या रोगाची काही लक्षणं अगदी भयंकर अन्नाचा तिटकारा (ज्यामुळे जिवाला जास्त धोका होता) व डेलेरियमचे चित्तभ्रम) झटके. सर्वांत वाईट प्रकारचा डेलेरियम माझ्या एका मित्राला भोगावा लागला. त्याचा असा भ्रम झाला की, तो मरण पावतोय व म्हणून त्याला प्रार्थना करायची होती. परंतु त्याच्या या अवस्थेत त्याला प्रार्थनेसाठी शब्दच सुचत नव्हते. डेलेरियमचे झटके टाळण्यासाठी आम्ही रात्रभर जागं राहायचा प्रयत्न करत होतो. तासन्‌तास मी माझ्या मनात भाषणं तयार करत राहायचो. नंतर मी ऑस्‌विट्‌झमध्ये निर्जंतुकीकरणाच्या वेळी गमावलेलं हस्तलिखित पुन्हा नव्याने रचायला सुरुवात केली आणि त्यातील महत्त्वाचे शब्द कागदाच्या छोट्या चिटोऱ्यांवर शॉर्टहँडमध्ये लिहून ठेवायला लागलो.

आध्यात्मिक बैठक

क्वचित कधीतरी आमच्या छावणीमध्ये शास्त्रीय बाबींवर चर्चा, वादविवाद व्हायचे. एकदा तर मी माझ्या पूर्वीच्या आयुष्यात न पाहिलेली एक गोष्ट पाहिली. जी व्यावसायिक दृष्टिकोनातून कुतूहल निर्माण करणारी होती. एखाद्या माध्यमामार्फत मृत व्यक्तींशी संपर्क साधणं. छावणीतील मुख्य डॉक्टरांनी (तोसुद्धा एक कैदी होता.) मला हजर राहण्याचं निमंत्रण पाठवलं होतं. कारण त्याला माहीत होतं, मी एक मानसोपचार तज्ज्ञ आहे. आजारी मंडळींच्या खोल्यांजवळ असलेल्या त्यांच्या छोट्याशा खाजगी खोलीमध्ये ही सभा भरली. अगदी मोजकी मंडळी जमली होती आणि त्यांच्यामध्ये स्वच्छता विभागाचा, परवाने देण्याचं काम करणारा एक अधिकारीसुद्धा होता, कायद्याचं उल्लंघन करून तो सामील झाला होता.

एका माणसाने कसलीशी प्रार्थना म्हणून आत्म्यांना निमंत्रित केलं. छावणीतील कारकून समोर एक कोरा कागद घेऊन बसला होता. अगदी सहजपणे, काही लिहिण्याच्या हेतूने नव्हे. पुढची दहा मिनिटे (त्यानंतर सभा बरखास्त झाली कारण माध्यम मृतात्म्यांना हजर राहण्याचं आवाहन करण्यात अयशस्वी ठरले.) त्याची पेन्सिल अगदी सावकाश पेपरवर रेषा काढू लागली आणि 'VAE V' हा आकार स्पष्टपणे दिसू लागला. त्या कारकुनाला लॅटिन भाषा अवगत नव्हती व त्याने 'vae victis' म्हणजे युद्धामध्ये ज्यांची हार झाली त्यांनी पूर्णपणे शरणागती पत्करावी हे शब्द पूर्वी कधीही ऐकले नव्हते. माझं असं मत आहे की, त्याने आयुष्यात एकदा

तरी ते शब्द ऐकले असणार, जे आता त्याला आठवत नव्हते आणि त्यामुळे ते शब्द आत्म्याला (त्याच्या अजागरूक मनाचा आत्मा) त्या वेळी माहीत होते, म्हणजे आमची सुटका होण्याच्या व युद्ध संपण्याच्या काही महिने आधी.

छावणीमध्ये शारीरिक व मानसिक दृष्टिकोनातून अत्यंत निकृष्ट दर्जाचं आयुष्य आमच्यावर लादलं गेलं, तरी आध्यात्मिक पातळीवर उन्नती करणं मात्र शक्य होतं. प्रगल्भ आयुष्य जगणाऱ्या संवेदनक्षम व्यक्तींना खूप वेदना सहन कराव्या लागल्या, बहुधा त्यांची प्रकृती नाजूक असल्यामुळे, परंतु त्यांची अंतरंगात फारशी हानी झाली नाही. आजूबाजूला भयंकर परिस्थितीतून लक्ष काढून घेत त्यांनी ते आंतरिक समृद्धी व आध्यात्मिक मुक्ती याकडे वळवलं. काही मृदु मानसिकता असलेल्या कैद्यांनी इतर धष्टपुष्ट कैद्यांपेक्षा जास्त चांगल्या प्रकारे तग धरला. या विरोधाभासाचं हेच एक स्पष्टीकरण असू शकतं. हा मुद्दा स्पष्ट करण्यासाठी माझा व्यक्तिगत अनुभव कथन करणं भाग आहे. भल्या पहाटे आमच्या कामाच्या ठिकाणी चालत जाताना काय घडलं, ते मी तुम्हाला सांगतो.

प्रेमातच मुक्ती आहे

मोठ्याने ओरडून आम्हाला सूचना दिल्या जायच्या : पुढे चला! लेफ्ट २-३-४! लेफ्ट! लेफ्ट -२-३-४! पहिल्या माणसानी वळावे - लेफ्ट व लेफ्ट! व लेफ्ट्. कॅप्स काढा! आतासुद्धा हे शब्द माझ्या कानात घुमत आहेत. कॅप्स काढा! या सूचनेच्या वेळी आम्ही छावणीच्या दाराजवळून जायचो आणि प्रखर दिव्यांचे झोत आमच्यावर असायचे. जो बरोबर तालामध्ये चालत नसेल, त्याला मार बसायचा. आणि सर्वांत वाईट परिस्थिती अशा माणसाची होती, ज्याने थंडीमुळे त्याची टोपी कानावर ओढली होती. परवानगी न घेता.

अंधारात आम्ही मोठ्या दगडांना ठेचकाळायचो व मोठी मोठी डबकी पार करून छावणीबाहेरील एकमेव रस्त्यावरून चालत राहायचो. आमच्या सोबत असलेले सैनिक आमच्यावर ओरडत राहायचे व त्यांच्या बंदुकीने आम्हाला ढोसत राहायचे. ज्यांचे पाय खूपच सुजलेले असायचे, ते शेजारच्याच्या हाताचा आधार घ्यायचे. क्वचितच शब्द उच्चारला जायचा; बर्फाळ वाऱ्यांमध्ये बोलणं अशक्य व्हायचं. वरती उभ्या केलेल्या कॉलरमागे आपलं तोंड दडवत माझ्या शेजारचा माणूस अचानक कुजबुजला : आपल्या पत्नीने आता आपल्याला पाहिलं तर! त्यांच्या छावणीमध्ये त्यांची स्थिती याहून बरी असेल व आपल्या बिकट परिस्थितीची त्यांना कल्पना नसेल अशी आशा करूया.

त्याच्या या विधानामुळे माझ्या पत्नीचे विचार माझ्या मनात आले आणि पुढील लांबचा खडतर प्रवास आम्ही ठेचकाळत, बर्फावरून घसरत, एकमेकांना पुन्हा पुन्हा आधार देत, कसंबसं एक एक पाऊल पुढे ढकलत अगदी निःशब्दपणे केला आणि तरीही दोघांनाही हे माहीत होतं : आम्ही दोघेजण आपापल्या पत्नींचा विचार करत आहोत. अधूनमधून मी आकाशाकडे पाहत होतो, तारे मावळत होते व गडद ढगांच्या आडून प्रातःकाळची गुलाबी आभा आकाशात पसरत होती. परंतु माझं मन माझ्या पत्नीच्या प्रतिमेला बिलगून बसलं होतं, अगदी तीव्रपणे ते तिचं चित्र रेखाटत होतं. मी तिला बोलताना प्रत्यक्ष ऐकलं, हसताना पाहिलं, तिच्या डोळ्यांतील प्रामाणिक व उत्साही भाव बघितले. हे सत्य होत की आभास होता? परंतु तिचं ते रूप, मागे उगवणाऱ्या सूर्यापेक्षाही जास्त तेजस्वी होतं.

एका विचारानी मला अगदी खिळून ठेवलं : आयुष्यात प्रथमच हे सत्य मला स्पष्टपणे दिसलं, जे अनेक कवींनी त्यांच्या गाण्यातून व्यक्त केलं आहे व अनेक विचारवंतांनी अंतिम ज्ञान म्हणून मांडलं आहे, ते सत्य म्हणजे प्रेम हे मानवाचं अंतिम व सर्वश्रेष्ठ उद्दिष्ट आहे. आणि मग मानवी काव्य व मानवी विचार, समजूत यांच्या मुळाशी असलेल्या महान रहस्याचा गाभा मला उमगला : प्रेमाच्या माध्यमातून व प्रेमामध्ये मानवाची मुक्ती आहे. मला उलगडलं की, एखाद्या माणसाजवळ भौतिक जगातील एकही गोष्ट उरली नसतानासुद्धा त्याला निर्मळ आनंद कसा मिळू शकेल? त्याच्या प्रियतमेच्या चिंतनात, काही क्षणांकरिता का होईना, त्याला तो मिळवता येतो. जेव्हा माणूस संपूर्ण उद्ध्वस्त होतो, जेव्हा तो कोणत्याही सकारात्मक कृतीतून स्वतःला व्यक्त करू शकत नसतो, जेव्हा त्याची एकमेव कामगिरी म्हणजे वाट्याला आलेल्या यातना उमदेपणाने सहन करणे ही असते; तेव्हा अशा परिस्थितीतदेखील मनात जतन केलेल्या प्रियतमेच्या प्रतिमेचं प्रेमळपणे केलेलं चिंतन त्याला परिपूर्णतेचा आनंद देऊ शकतं. आयुष्यात प्रथमच मला या शब्दांचा अर्थ उलगडला, 'देवदूत नित्यपणे अमर्याद सौंदर्याच्या चिंतनात हरवून जातात.'

माझ्या पुढे असलेला माणूस अडखळला व त्याच्या मागे असलेली माणसं त्याच्या अंगावर पडली. सैनिक धावत आला व त्या सर्वांना चाबकाचे फटकारे मारू लागला. त्यामुळे माझा विचारप्रवाह खंडित झाला. परंतु लवकरच माझ्या आत्म्याला कैद्याच्या अस्तित्वामधून दुसऱ्या जगात प्रवेश करण्याचा मार्ग पुन्हा सापडला आणि मी माझ्या प्रियतमेशी परत बोलायला सुरुवात केली. मी प्रश्न

विचारत होतो व ती उत्तरं देत होती; ती मला प्रतिप्रश्न विचारत होती व मी उत्तर देत होतो.

''थांबा!'' आम्ही कामाच्या ठिकाणी पोहोचलो होतो. एखादं बरं हत्यार मिळेल या आशेने सर्वजण एका अंधाऱ्या झोपडीत घुसले. प्रत्येकाला कुदळ नाहीतर फावडं मिळालं.

'डुकरांनो! जरा पटापट करा.' लवकरच आम्ही खंदकामध्ये आदल्या दिवशीची जागा घेतली. कुदळीच्या प्रहारामुळे गोठलेल्या जमिनीला भेगा पडल्या व कण उडाले. सर्वजण निःशब्दपणे काम करत होते, त्यांचे मेंदू बधिर झाले होते.

माझ्या मनाने अजूनही माझ्या पत्नीची प्रतिमा घट्ट पकडून ठेवली होती. एक विचार माझ्या मनात चमकला : ती जिवंत आहे की नाही, हेसुद्धा मला माहीत नव्हतं. मला फक्त एकच गोष्ट माहीत होती – जी आता मला चांगली अवगत झाली होती : प्रेम हे प्रिय व्यक्तीच्या भौतिक स्वरूपाच्या पलीकडे खूप दूर गेलेलं असतं. त्या व्यक्तीच्या आंतरिक स्वरूपात, आत्मिक स्वरूपात प्रेमाला खोल अर्थ प्राप्त होतो. ती व्यक्ती आपल्या सोबत असो किंवा नसो, हयात असो की नसो, या गोष्टीनं फारसं महत्त्व उरत नाही.

माझी पत्नी जिवंत आहे का, ते मला माहीत नव्हतं आणि ते शोधून काढायचा कोणताही मार्ग उपलब्ध नव्हता. (तुरुंगवासात असताना माझा बाहेरच्या जगाशी अजिबात संपर्क नव्हता), परंतु त्या क्षणी ते महत्त्वाचं नव्हतं. मला ते जाणून घेण्याची गरज नव्हती, माझं गाढ प्रेम व माझ्या मनातील तिची प्रतिमा अविचल होती. मला जरी त्या वेळी माहीत असतं की, माझी पत्नी मृत्यू पावली आहे, तरी मला असं वाटतं ह्या माहितीचा फरक न पडता, मी तेवढ्याच तीव्रतेने स्वतःला तिच्या प्रतिमेच्या चिंतनात झोकून दिलं असतं आणि माझा मानसिक पातळीवर तिच्याशी होणारा संवाद तेवढाच खराखुरा व आनंददायी झाला असता. तुझ्या हृदयावर माझ्या प्रेमाची मोहोर लागू दे, प्रेम हे मृत्यूइतकं सामर्थ्यशाली आहे.

अशा प्रकारे आंतरिक जीवन गहिरं झाल्यामुळे कैद्यांना रिक्तपणा, एकाकीपणा व अर्थहीन अस्तित्वापासून पलायन करून त्यांच्या भूतकाळाचा आधार घेण्यास मदत झाली. पूर्ण मोकळीक मिळाली की त्याची कल्पनाशक्ती भूतकाळात रमत असे, अगदी महत्त्वाचे प्रसंग नाही तर छोट्या छोट्या आठवणींमध्ये, क्षुल्लक

गोष्टींमध्ये त्यांच्या गतस्मृती एक वेगळंच रूप धारण करत. त्यांचं अस्तित्व खूप दूरवर असल्यासारखं भासे व मनाला सारखी त्यांची ओढ लागून राही. माझ्या मनोविश्वात मी बसने प्रवास केला, माझ्या घरातील मुख्य दरवाजाचं कुलूप उघडलं, टेलिफोनवर बोललो, बटन दाबून दिवे चालू केले. बहुतेकदा मन अशा तपशिलांमध्ये रमायचं आणि ह्या आठवणींमुळे भावुक होऊन अगदी डोळ्यांत पाणी यायचं.

8

निसर्गाच्या सान्निध्यात

कैद्याचं आंतरिक जीवन जसजसं अधिक गहिरं होऊ लागलं, तसा त्यांना पूर्वी कधी घेतला नसेल इतका कलेतील व निसर्गातील सौंदर्याचा अनुभव घेता येऊ लागला. त्या सौंदर्याच्या प्रभावाखाली कधी कधी ते स्वतःची दयनीय परिस्थितीदेखील विसरत असत. ऑस्‌विट्झ ते बेवेरिअन छावणीपर्यंतच्या प्रवासात आमच्या बसमधील छोट्याशा खिडकीतून, अस्ताला जाणाऱ्या सूर्याच्या किरणांनी उजळलेली सल्झबर्ग पर्वतांची सोनेरी शिखरं पाहणारे आमचे चेहरे जर कोणी पाहिले असते, तर त्याचा विश्वास बसला नसता की हे चेहरे अशा माणसांचे आहेत ज्यांनी मुक्ततेची, जीवनाची आशा सोडून दिली आहे. अशा परिस्थितीमुळे आम्ही निसर्गाच्या सौंदर्यात हरवून जायचो, ज्याचा आस्वाद आम्ही यापूर्वी कधीही घेतला नव्हता.

अगदी छावणीमध्येसुद्धा एखादा कैदी बाजूला काम करणाऱ्या आपल्या सहकाऱ्याचं लक्ष बेवेरिअनच्या जंगलातील उंच उंच वृक्षांमधून दिसणाऱ्या सुंदर सूर्यास्ताकडे वेधून घेत असे. (ॲलब्रेट ड्युररच्या सुप्रसिद्ध वॉटर कलर चित्राप्रमाणे) ज्या जंगलामध्ये आम्ही शस्त्रास्त्रांचा प्रचंड कारखाना गुप्तरीत्या उभारला होता. एका संध्याकाळी दमून भागून परतलेले आम्ही खोलीत आरामात सुप पित असताना आमचा एक सोबती आत येऊन आम्हाला सूर्यास्ताचं अप्रतिम दृश्य पाहण्यासाठी बाहेर मैदानात यायला सांगू लागला. बाहेर गेल्यावर आम्ही पाहिलं की पश्चिमेला ढग उजळून निघाले आहेत आणि सतत बदलणारे ढगांचे आकार व रंग अगदी आकाशी निळा ते भडक लाल यामुळे संपूर्ण आभाळ जिवंत झालं आहे. या पार्श्वभूमीवर आमच्या मातकट झोपड्या विरोधाभास दर्शवत होत्या तर

जमिनीवरील छोट्याशा डबक्यांमध्ये उजळणाऱ्या आकाशाचं प्रतिबिंब पडलं होतं. काही क्षणांच्या नीरव शांततेनंतर आमच्यातील एकजण म्हणाला, ''हे जग किती सुंदर असू शकतं!''

अजून एका प्रसंगी आम्ही खंदकामध्ये काम करत होतो. सभोवती राखाडी पहाट होती; वरचं आकाश राखाडी होतं व अपुऱ्या प्रकाशात बर्फ राखाडी दिसत होता. माझ्या सहकाऱ्यांनी परिधान केलेली जीर्ण वस्त्रं राखाडी होती, त्यांच्या चेहऱ्यावर उदास राखाडी छटा होती. माझा आपला माझ्या पत्नीशी मूक संवाद सुरू होता किंवा कदाचित मी माझ्या यातनांचं, माझ्या संथ मृत्यूचं कारण शोधण्याचा प्रयत्न करत होतो. समोर सुस्पष्ट दिसणाऱ्या मृत्यूमुळे जी निराशा दाटली होती, त्याच्या विरोधात शेवटचं बंड म्हणून की काय, माझा आत्मा भवतालच्या तिमिराला छेदून पार गेल्याचं मला जाणवलं. तो आत्मा या निराश निरर्थक जगाच्या पल्याड गेल्याचं मला जाणवलं आणि अंतिम उद्दिष्टाच्या अस्तित्वाबाबत माझ्या प्रश्नाला 'हो' असं उत्तर कोठून तरी मिळाल्याचं मी ऐकलं. अगदी त्या क्षणी बेवेरियातील उदास राखाडी पहाटेच्या पार्श्वभूमीवर दूर क्षितिजापाशी असलेल्या एका घरात (जणू ते तिथे कोणीतरी रंगवलं होतं) अचानक दिवे उजळले आणि अंधारातून प्रकाश चमकला. पुढचे अनेक तास मी बर्फाळ जमिनीला खिळून उभा होतो. तिथून जाणाऱ्या सैनिकांनी मला खडसावलं, माझा अपमान केला आणि पुन्हा एकदा मी माझ्या प्रियेबरोबर हितगुज करण्यात दंग झालो. मला तिचं अस्तित्व अधिकाधिक जाणवू लागलं, ती माझ्यासोबत आहे असं जाणवू लागलं; मला असं वाटू लागलं की, मी तिला स्पर्श करू शकतोय, मी माझा हात पुढे करून तिचा हात माझ्या हातात घेऊ शकतोय. माझी जाणीव खूप तीव्र होती. आणि बरोबर त्या क्षणी एक पक्षी शांतपणे उडत खाली आला व मी खणून ठेवलेल्या मातीच्या ढिगाऱ्यावर अगदी माझ्यासमोर येऊन बसला, माझ्या नजरेला नजर भिडवत.

कलेबद्दलचे प्रेम

आधी मी कलेचा उल्लेख केला आहे. छळाच्या छावणीमध्ये अशी काही गोष्ट असते? आपण कला कशाला म्हणतोय, यावर ते अवलंबून आहे. छावणीमध्ये एक प्रकारचा मनोरंजक कार्यक्रम वेळोवेळी आयोजित केला जायचा. तात्पुरती एका खोलीत आवराआवर केली जायची. लाकडाची काही बाकं कडेला ठेवली जायची व मोकळ्या जागेत कार्यक्रम व्हायचा. छावणीमध्ये ज्यांची परिस्थिती

थोडी बरी होती म्हणजे कॅपोस् आणि असे कैदी ज्यांना छावणी सोडून दूर कामासाठी जावं लागत नसे असे लोक संध्याकाळी तिथे जमत. थोडं हसता यावं किंवा थोडं रडता यावं आणि काही नाही तर विसरता यावं यासाठी ते लोक तिथे येत. त्या कार्यक्रमात गाणी, कविता, विनोद सांगितले जायचे, ज्यात कधीकधी छावणीबद्दल विडंबन केलेलं असायचं. हे सगळं यासाठी की आम्हाला विसरायला मदत व्हावी आणि खरोखरच तशी मदत व्हायची. हा कार्यक्रम इतका प्रभावशाली असायचा की काही सामान्य कैदी अत्यंत दमलेले असतानासुद्धा त्यांचं त्या दिवसाचं जेवण चुकवून तो बघायला जायचे.

दुपारच्या जेवणाच्या अर्ध्या तासाच्या सुट्टीमध्ये जेव्हा आम्हाला सुप दिलं जायचं (ज्याचा खर्च कॉन्ट्रॅक्टर करायचे, तो काही फारसा नव्हता.) तेव्हा आम्हाला इंजिनच्या खोलीत एकत्र जमण्याची परवानगी होती. प्रत्येकाला पळीभर पाणीदार सुप मिळत असे. आम्ही ते अधाशीपणे खात असताना आमच्यातील एकजण ड्रमवर चढून इटालियन भाषेत गाणी म्हणत असे. आम्हाला ती गाणी खूप आवडायची व त्याला दोन पळ्या सुप मिळायचं, ते पण पळी अगदी खोल तळाशी बुडवून, म्हणजे थोड्याफार वाटाण्यांचा निश्चित लाभ!

छावणीमध्ये फक्त करमणूक करणाऱ्यांनाच नव्हे तर प्रोत्साहन देणाऱ्यांनादेखील बक्षीस दिलं जायचं. उदा. मला छावणीतील सर्वांत भीतीदायक कॅपोकडून संरक्षण मिळू शकलं असतं. (सुदैवाने मला त्याची कधी गरज भासली नाही. त्या कॅपोची 'खुनशी कॅपो' म्हणून अगदी यथार्थ कीर्ती पसरली होती. ते असं घडलं. एका संध्याकाळी मला पुन्हा एकदा प्लँचेट सुरू असताना तिथे हजर राहण्याचं निमंत्रण मिळालं. मुख्य डॉक्टर व त्याचे काही निकटचे मित्र उपस्थित होते आणि तो स्वच्छता विभागाचा अधिकारी पुन्हा एकदा कायद्याचं उल्लंघन करून हजर होता. तो खुनशी कॅपो चुकून खोलीत शिरला आणि त्याला त्याची एक कविता म्हणून दाखवायला सांगण्यात आलं, जी कविता छावणीमध्ये सुप्रसिद्ध (किंवा खरंतर कुप्रसिद्ध) झाली होती. त्याला फार आग्रह करायला लागला नाही व त्याने लगेचच एक डायरी काढून आपल्या कलेचा नमुना सादर केला.

त्याने जेव्हा एक प्रेमकविता वाचून दाखवली, तेव्हा हसू आवरण्यासाठी मला महत्प्रयासाने ओठ दाबून ठेवावे लागले व त्यामुळेच माझा जीव वाचला. आणि मी टाळ्या इतक्या उत्साहाने वाजवल्या होत्या, की जरी मला त्याच्या ग्रुपमध्ये काम करावं लागलं असतं, तरी माझा जीव वाचला असता. याआधी मी

एक दिवस त्याच्याबरोबर काम केलं होतं, तो एक दिवसाचा अनुभव माझ्यासाठी पुरेसा होता. अशा खुनशी कॅपोची कृपादृष्टी असणं हे माझ्या फायद्याचं होतं. म्हणून मी जोशात टाळ्या वाजवण्याचा प्रयत्न केला होता.

वास्तविकतः छावणीमध्ये कोणतीही कला सादर करणं थोडं विचित्रच होतं. छावणीतील निर्जीव, रूक्ष जीवनाच्या पार्श्वभूमीवर तो कार्यक्रम इतका जिवंत भासायचा, की त्याचा खोल परिणाम व्हायचा. ऑस्विट्झमधील दुसऱ्या रात्री दमूनभागून गाढ झोपलेलो असताना संगीताच्या आवाजाने मी कसा जागा झालो ते मी कधीच विसरणार नाही. आमच्या जवळच असलेल्या एका खोलीत आमचा वॉर्डन काहीतरी साजरं करत होता. बेसूर आवाजात कोणीतरी गात होतं. अचानक सगळं शांत झालं आणि त्या रात्रीमध्ये एका व्हॉयलीनचे आर्त, दुःखी, विलक्षण सूर उमटले, जे सूर वारंवार न वाजवल्यामुळे नावीन्यपूर्ण होते. व्हॉयलीन रडत होतं आणि त्याच्याबरोबर माझा एक भाग रडत होता. कारण त्याच दिवशी कोणाचातरी चोविसावा वाढदिवस होता. ती व्यक्ती ऑस्विट्झच्या दुसऱ्या भागात होती. कदाचित शंभरेक किंवा हजारेक मीटर दूर आणि तरीही भेट होणं शक्य नव्हतं. ती व्यक्ती म्हणजे माझी पत्नी होती.

मनोरंजक किस्से

छावणीमध्ये कलेसारखं काही अस्तित्वात असेल याचं बाहेरच्यांना आश्चर्य वाटेलच परंतु तिथे विनोदबुद्धीदेखील आढळते. अगदी अंधुकशी का होईना व अगदी अल्प काळाकरिता का होईना! याचं त्यांना जास्त आश्चर्य वाटेल. स्वत्व जपण्याच्या लढाईत विनोदबुद्धी हे आत्म्याचं अजून एक शस्त्र होतं. माणसामध्ये असलेल्या विनोदबुद्धीमुळेच त्याला अलिप्तता व कोणत्याही परिस्थितीतून पुन्हा उभं राहण्याचं बळ मिळतं. काही काळासाठी का होईना! माझ्याबरोबर काम करणाऱ्या एका मित्राला विनोदबुद्धी विकसित करण्याचं मी अक्षरशः प्रशिक्षण दिलं. आम्ही असं ठरवलं की एकमेकांना दररोज निदान एक कथा तरी रचून रंगवून सांगायची. आमची सुटका झाल्यानंतर कोणते गमतीदार प्रसंग घडू शकतील या विषयावर.

तो सर्जन होता आणि एका मोठ्या हॉस्पिटलमध्ये काम करत होता. त्यामुळे एकदा मी त्याला असं सांगून हसवायचा प्रयत्न केला की पुन्हा कामाला सुरुवात केली तरी छावणीमध्ये अंगवळणी पडलेल्या सवयी विसरणं कसं कठीण जाणार

आहे. आमच्या कामाच्या ठिकाणी (विशेषतः जेव्हा सुपरवायझर तपासणीसाठी फेरफटका मारत असे) आमचा फोरमन आम्हाला ॲक्शन ॲक्शन! (झटपट काम करा) असं ओरडून प्रोत्साहन देत असे. मी माझ्या मित्राला म्हणालो, 'एक दिवस तू पुन्हा तुझ्या हॉस्पिटलच्या शस्त्रक्रिया विभागात एखादी मोठी शस्त्रक्रिया करत असशील आणि अचानक कोणीतरी 'ॲक्शन, ॲक्शन!' असं ओरडत वरिष्ठ सर्जन येत असल्याची वर्दी देईल.'

काही वेळा इतर कोणीतरी भविष्याची स्वप्न रंगावायचे. उदा. सुटका झाल्यानंतर कोणी आपल्याला जेवणाला बोलवलं आणि सुपचा बेत असेल तर आपण काळ-वेळ विसरून यजमानीणबाईंना पळी खोल बुडवून सुप वाढायला सांगू.

जीवन जगण्याच्या कलेत प्रावीण्य मिळवताना विनोदबुद्धी विकसित करणं व गोष्टींकडे हलक्याफुलक्या दृष्टिकोनातून पाहणं या खुबी शिकाव्या लागतात आणि छळाच्या छावणीत सर्वत्र दुःख पसरलं असतानादेखील जीवनाची कला अनुसरणं अगदी शक्य आहे. उदाहरणातून समजून घ्यायचं तर माणसाच्या दुःखाची तुलना वायूच्या गुणधर्माशी करता येईल. एखाद्या रिकाम्या खोलीमध्ये ठरावीक प्रमाणात वायू सोडला तर तो वायू खोली कितीही मोठी असली तरी पूर्ण खोलीभर पसरेल, सर्वत्र अगदी सारख्या प्रमाणात. त्याचप्रमाणे दुःख लहान असो वा मोठं, माणसाचा आत्मा व जागृत मन संपूर्णपणे भरून टाकतं. त्यामुळे मानवी दुःखाचं प्रमाण हे सापेक्ष आहे.

9

ऑस्‌विट्झमधून डकाव कँपमध्ये

हेसुद्धा ओघानेच आलं की एखादी अत्यंत क्षुल्लक गोष्टसुद्धा खूप मोठ्या आनंदास कारणीभूत ठरते. उदाहरण म्हणून ऑस्‌विट्झ ते डकावजवळील एका छावणीपर्यंतच्या आमच्या प्रवासात जे घडलं ते पाहता येईल. सगळ्यांनाच ही भीती होती की आम्हाला मॉथासेन छावणीमध्ये घेऊन जात आहेत. खूप भटकंती केलेल्या आमच्या काही सोबत्यांनी सांगितलं की मॉथासेनला पोहोचण्यासाठी डॅन्युब नदीवरील एक ठरावीक पूल ओलांडावा लागतो. जसजसा तो पूल जवळ येऊ लागला, तसतशी आमची भीती वाढू लागली. जेव्हा आम्हाला दिसलं की,

आमची गाडी तो पूल न ओलांडता फक्त डकावच्या दिशेने जात आहे, तेव्हा आमच्या डब्यात जो काही आनंदोत्सव साजरा झाला, त्याची कल्पना बाहेरची व्यक्ती करू शकणार नाही.

आणि एवढं करून, दोन दिवस व तीन रात्रींच्या प्रवासानंतर आम्ही छावणीत पोहोचल्यानंतर काय घडलं? प्रवासामध्ये गाडीच्या डब्यात आम्हाला सर्वांना एकत्र बसायला पुरेशी जागा नव्हती. बहुतकरून उभ्याने प्रवास करावा लागला व आलटून पालटून आम्हाला मानवी मूत्रामध्ये भिजलेल्या तुटपुंज्या गवतावर बूड टेकवायला मिळालं. छावणीत पोचल्यावर आम्हाला जुन्या कैद्यांकडून पहिली महत्त्वाची बातमी मिळाली ती म्हणजे ही त्या मानाने छोटी छावणी होती. (सुमारे २५०० लोकसंख्या असलेली) जिथे भट्टी नव्हती, दहनभूमी नव्हती, गॅसचेंबर नव्हता! याचा अर्थ असा की माणूस जीर्ण झाल्यावर त्याला थेट गॅस चेंबरला पाठवणार नाही तर आजारी, निकामी माणसांना ऑस्‌विट्झला परत वाहून नेणाऱ्या गाडीची सोय होईपर्यंत थांबावं लागणार. या आनंददायी बातमीमुळे आम्ही सर्वांची मनःस्थिती खूप चांगली झाली. ऑस्‌विट्झमधील आमच्या वरिष्ठ वॉर्डनची इच्छा खरी झाली. ऑस्‌विट्झसारखी चिमणी नसलेल्या छावणीमध्ये आम्ही लवकरच पोहोचलो होतो. पुढील काही तासांत आम्हाला ज्या परिस्थितीतून जावं लागलं, त्या परिस्थितीतही आम्ही हसत होतो. विनोद करत होतो.

आम्हा नवागतांची मोजणी करताना लक्षात आलं की, एकजण कमी आहे. म्हणून तो हरवलेला माणूस सापडेपर्यंत आम्हाला बाहेर पावसात व थंड वाऱ्यामध्ये थांबावं लागलं. शेवटी एकदाचा तो एका खोलीत सापडला, खूप थकल्यामुळे त्याला झोप लागली होती. या प्रकारामुळे आम्हाला शिक्षेला सामोरं जावं लागलं. रात्रभर – अगदी दुसऱ्या दिवशी दुपारपर्यंत आम्हाला बाहेर उभं राहावं लागलं, पावसात ओलंचिंब होऊन, थंडीने गोठलेल्या अवस्थेत, इतका लांबचा प्रवास करून थकलेले असताना आणि तरीही आम्ही सर्व खूप आनंदात होतो! ह्या छावणीमध्ये चिमणी नव्हती व ऑस्‌विट्झ खूप दूर होतं.

दुसऱ्या कैद्यांबद्दलची असूया

एकदा गुन्हेगारांचा एक गट आमच्या कामाच्या ठिकाणाहून पुढे जात होता. त्या काळात आम्ही सर्व दुःख-यातनांची कशी तुलना करायचो! त्या गुन्हेगारांचं आयुष्य थोडं जास्त सुरक्षित, नियमित व सुखावह असल्यामुळे आम्हाला

त्यांचादेखील हेवा वाटला. निराश होत आम्ही विचार केला की, नक्कीच त्यांना आमच्यापेक्षा जास्त वेळा आंघोळीची संधी मिळत असावी. नक्कीच त्यांच्याकडे स्वतःचे वेगळे असे दात घासायचे ब्रश, कपडे धुवायचे ब्रश, गाद्या होत्या. नातेवाइकांची खबर देणारी, निदान ते जिवंत आहेत की नाही, याची बातमी देणारी पत्रं त्यांना महिन्यातून एकदा मिळत असत. आम्ही या सर्व गोष्टींना फार पूर्वीच मुकलो होतो.

आणि आमच्यापैकी ज्यांना कारखान्यात व बंद खोलीत काम करण्याची संधी मिळे, त्यांचा आम्हाला किती हेवा वाटायचा! प्रत्येकाची अशी इच्छा होती की जीव वाचवण्यासाठी लागणारं हे भाग्य आपल्याला लाभो. नशिबाची ही मोजपट्टी इतरत्रही लागू व्हायची. छावणीबाहेर जी कामाची ठिकाणं होती (मी अशाच एका गटाचा सदस्य होतो.) त्यातही काही ठिकाणं इतरांहून वाईट होती. ज्या माणसाला खोल चिखलातून चढणीच्या रस्त्यावर चालत छोट्याशा रेल्वे गाडीतील कृषीउत्पादने वाहून नेण्याचं काम दररोज बारा तास करावं लागत नसे, त्या माणसाची असूया वाटणं साहजिकच आहे. कारण बहुतेक वेळा अपघात हे विशिष्ट काम करताना व्हायचे, आणि ते जीवघेणे असायचे.

दुसऱ्या काही गटांमधील फोरमन बेदम मार देण्याच्या स्थानिक परंपरेचं काटेकोरपणे पालन करायचे आणि त्यामुळे त्यांच्या देखरेखीखाली काम करावं न लागणं किंवा तात्पुरतं थोडे दिवस काम करावं लागणं या गोष्टी त्यातल्या त्यात भाग्यवान समजल्या जायच्या.

एकदा दुर्दैवाने मला अशा गटात काम करावं लागलं. दोन तासांनी हवाई हल्ल्याची चेतावणी मिळाली. (त्या काळात फोरमनने माझ्यावर विशेष मेहनत घेतली होती.) ज्यामुळे आमची पुन्हा गटविभागणी करणं भाग पडलं. नाहीतर मला वाटतं, मृत्यू पावलेल्या किंवा अतिश्रमाने मरणोन्मुख झालेल्या व्यक्तींना वाहून नेणाऱ्या गाडीतून माझी छावणीपर्यंत रवानगी झाली असती. अशा परिस्थितीमध्ये सायरनचा आवाज किती दिलासा देणारा वाटतो, याची कल्पना कोणीच करू शकणार नाही : अगदी एखादा मुष्टियोद्धादेखील नाही. ज्याने खेळाची फेरी संपलीये हे सूचित करणारी घंटा ऐकलीय व ज्यामुळे शेवटच्या क्षणी तो बेशुद्ध पडणाऱ्या तडाख्यापासून बचावला आहे.

छोट्या छोट्या गोष्टींबद्दल आम्हाला कृतज्ञता वाटायची. झोपण्यापूर्वी

आमचं निर्जंतुकीकरण व्हायचं तो वेळ आम्हाला आवडायचा, म्हणजे त्या कृतीमध्ये असा काही आनंद नव्हता. कारण थंड गारठलेल्या खोलीत आम्हाला विवस्त्र उभं राहावं लागत असे. परंतु हे चालू असताना हवाई हल्ला झाला नाही व दिवे घालवले नाहीत तर आम्हाला खूप कृतज्ञता वाटायची. हे काम नीट पार पडलं नाही तर आम्हाला अर्धी रात्र जागं राहावं लागत असे.

त्रासदायक गोष्टींतलाही आनंद

छावणीमधील आयुष्यातील छोटी छोटी सुखं आम्हाला एक प्रकारचा नकारात्मक आनंद देत असत. 'यातनांपासून सुटका' असं आर्थर शोपेनहॉवर नावाचा तत्त्वज्ञ मांडतो आणि तेसुद्धा फक्त तुलनात्मकरीत्या. खरेखुरे सकारात्मक आनंद अगदी छोटे छोटे फारच मोजके होते. मला आठवतंय की, मी एक दिवस सुखांचा जमाखर्च लिहिला होता आणि माझ्या लक्षात आलं की, मागील अनेक अनेक दिवसांमध्ये सुखाचे फक्त दोन क्षण माझ्या वाट्याला आले होते. पहिला प्रसंग म्हणजे कामावरून परतल्यावर बराच वेळ वाट पाहून मग मला जेवणाच्या खोलीत प्रवेश मिळाला होता आणि कैदी आचारी ज्या रांगेत सुप वाढायचं काम करत होता, त्या रांगेत जाण्याची मला संधी मिळाली. तो एका मोठ्या भांड्यामागे उभा राहून कैद्यांनी पुढे केलेल्या वाट्यांमध्ये सुप वाढत होता व रांग पुढे सरकत होती. तो एकमेव आचारी होता जो कैद्याचं तोंड पाहून सुपाची वाटी भरत नसे; एकमेव आचारी जो सुपाच्या बाबतीत सर्वांना सारखी वागणूक देत असे आणि स्वतःच्या आवडत्या व्यक्तींना, मित्रांना सुपातले बटाटे वेचून देणं व इतरांना वरचं पाणीदार सुप देणं असला पक्षपात करत नसे.

परंतु जे कैदी आप्तस्वकीयांना इतरांहून वरचं स्थान देत, त्यांना दोष देणं मला योग्य वाटत नाही. जीवन-मरणाचा प्रश्न असताना एखाद्याने आपल्या मित्रांना मदत केली तर त्यात गैर काय आहे? अशा व्यक्तींना दोष देण्यापूर्वी प्रत्येकाने स्वतःला प्रांजळपणे विचारलं पाहिजे की त्याने अशा परिस्थितीत काय केलं असतं?

मी माझं नेहमीचं सामान्य आयुष्य पुन्हा सुरू केल्यानंतर बऱ्याच काळाने (म्हणजे माझी छावणीमधून सुटका झाल्यानंतर बऱ्याच काळाने) कोणीतरी मला साप्ताहिकामधील चित्रं दाखवली, ज्यात कैदी दाटीवाटीने त्यांच्या बंकबेडवर पडले होते, एका पाहुण्याकडे क्षीण नजरेने पाहत होते. ते टक लावून पाहणारे भीतीदायक चेहरे - त्यांचं सर्वकाही किती भयंकर आहे?

का? मी विचारलं, कारण खरंच मला समजलं त्या क्षणी पुन्हा एकदा ते सर्व मी पाहिलं : सकाळचे पाच वाजले होते व बाहेर अजूनही मिट्ट काळोख होता. मी एका मातीच्या कच्च्या खोलीत पहुडलो होतो. त्या खोलीत सत्तर जणांची देखभाल केली जात होती. आम्ही आजारी होतो आणि आम्हाला छावणी सोडून कामावर जायचं नव्हतं; परेडसाठीसुद्धा जायची गरज नव्हती. खोलीतील आमच्या छोट्याशा कोपऱ्यात आम्ही दिवसभर पडून राहू शकत होतो. डुलक्या काढू शकत होतो आणि ब्रेडची (आजारी असल्यामुळे नेहमीपेक्षा कमी मिळणार होता) व सुपची (जास्त पाणीदार व थोडं कमी) वाट बघू शकणार होतो. परंतु आम्हाला किती समाधान होतं; अशा परिस्थितीतदेखील आम्ही आनंदी होतो.

कडाक्याच्या थंडीत आम्ही अंग चोरून दाटीवाटीने झोपल्यामुळे थोडीशी ऊब मिळत होती आणि आवश्यकता नसताना बोटदेखील हलवण्याची आम्हाला इच्छा नव्हती, उत्साह नव्हता. तेवढ्यात आम्ही कर्कश शिट्या व आरडाओरडा ऐकला, रात्रपाळी संपवून कैद्यांची तुकडी परत आली होती व हजेरीसाठी ते एकत्र जमले होते. इतक्यात दार सताड उघडलं आणि हिमवादळ खोलीत शिरलं.

अत्यंत थकलेला, बर्फाने भरलेला एकजण थोडावेळ बसायला मिळावं म्हणून अडखळत आत आला. परंतु वरिष्ठ वॉर्डनने त्याला बाहेर हाकललं. आजारी कैद्यांची तपासणी सुरू असताना अनोळखी व्यक्तींना आत येण्यास परवानगी नव्हती. मला त्या माणसाचं खूप वाईट वाटलं आणि त्या क्षणी त्याच्या जागी आपण नाही तर आजारी असल्यामुळे आपल्याला या खोलीत आराम करायला मिळतोय याचा आनंदही वाटला. ते दोन दिवस आणि बहुधा त्याच्यापुढचे दोन दिवस किती उमेद देणारे होते!

जेव्हा मी त्या साप्ताहिकातील चित्रं पाहिली, तेव्हा माझ्या मनात हे सर्व डोकावलं. जेव्हा मी माझे विचार समजावून सांगितले, तेव्हा ऐकणाऱ्यांना उलगडा झाला की मला ते फोटो तितके भयंकर का वाटत नाहीत : फोटोत दाखवलेली माणसं कदाचित तितकी दुःखी नसतीलही.

10

काही सार्थक मूल्यं

त्या रुग्णांच्या खोलीत चार दिवस घालवल्यानंतर मला रात्रपाळीसाठी

पाठवणार इतक्यात प्रमुख डॉक्टर घाईघाईने तिथे आला आणि दुसऱ्या एका छावणीमधील टायफसने ग्रस्त असलेल्या रुग्णांची वैद्यकीय सेवा करण्याबाबत विचारू लागला. माझ्या मित्रांनी तातडीने दिलेला सल्ला न जुमानता (आणि माझे इतर कोणतेही सोबती हे काम करायला तयार नाहीत ह्या वस्तुस्थितीकडे दुर्लक्ष करून) मी हे काम स्वीकारायचं ठरवलं. मला माहीत होतं की, हे काम करताना माझा लवकरच मृत्यू होऊ शकतो. परंतु अशा मृत्यूला काहीतरी अर्थ होता. मी असा विचार केला मी आत्ता आहे तसा अकार्यक्षम मजूर म्हणून काम करत मरण पत्करण्यापेक्षा एक डॉक्टर म्हणून माझ्या सोबत्यांना मदत करताना मृत्यू येणं नक्कीच जास्त अर्थपूर्ण असेल.

माझ्यासाठी हे साधं सोपं गणित होतं, त्याग वगैरे काही नाही. परंतु खरंतर स्वच्छता विभागातल्या काम वाटप करणाऱ्या अधिकाऱ्याने गुप्तपणे अशी तंबी दिली होती की, ज्या दोन डॉक्टरांनी टायफस छावणीत जाण्याची तयारी दाखविली आहे, त्यांची इथून निघेपर्यंत देखभाल करण्यात यावी. आम्ही इतके अशक्त दिसत होतो की दोन डॉक्टरऐवजी अजून दोन प्रेतं हाती लागतील अशी त्याला भीती वाटली.

स्वतःला व स्वतःच्या जवळच्या मित्रांना जिवंत ठेवणं हे काम सोडून इतर सर्व गोष्टी कशा महत्त्वाच्या राहिल्या नव्हत्या, हे मी आधीच सांगितलं आहे. हे साध्य करण्यासाठी इतर सर्व गोष्टींचा बळी दिला जात असे. माणसाचं व्यक्तिमत्त्व इतकं गुंतागुंतीचं होऊन जात असे की, त्याचा मानसिक गोंधळ होत असे, त्याने जोपासलेल्या मूल्यांवर शंका घेतली जाई. त्या मूल्यांना धोका संभवत असे. ज्या जगात माणसाचं जीवन व त्याचा सन्मान याची काही किंमत नाही, ज्या जगाने त्याची इच्छाशक्ती हिरावून घेतली आहे व ज्या जगाने त्याला नष्ट करायची एक वस्तू बनवलं आहे (परंतु तत्पूर्वी त्याचा पुरेपूर वापर करून, त्याच्यातील शारीरिक बळ अगदी शेवटच्या कणापर्यंत वापरून) अशा जगामध्ये त्याचा अहंभाव, जोपासलेली सर्व नीतिमूल्ये गमावून बसतो.

छावणीतला कैदी जर आपला स्वाभिमान जपण्यासाठी याविरुद्ध लढला नाही तर तो आपल्याला एक स्वतःचं व्यक्तिमत्त्व आहे, मन आहे, आंतरिक स्वातंत्र्य आहे व विशिष्ट मूल्यं आहेत ही जाणीव गमावून बसतो. तो मग स्वतःला एका मानवी समूहाचा फक्त एक भाग समजतो. त्याचं अस्तित्व पशूंसमान होऊन जातं. कैद्यांना कळपात ठेवलं जायचं. कधी एका जागी तर कधी दुसऱ्या; कधी एकत्र

हाकून नेलं जायचं तरी कधी वेगवेगळं - अगदी मेढ्यांच्या कळपासारखं - ज्यांना स्वतःचा विचार नाही किंवा स्वतंत्र इच्छाशक्ती नाही. कुत्र्यांची एक छोटी पण भयंकर टोळी त्यांच्यावर सर्व बाजूंनी नजर ठेवत असे. त्या टोळीला छळाचे व अतिक्रूरपणाचे अनेक प्रकार अवगत होते. ती टोळी अव्याहतपणे कळप वाहून नेत असे, जाताना व येताना, आरडाओरडा, लाथाबुक्क्या, मारहाण करत आणि आम्ही मेंढ्या असलेले फक्त दोनच गोष्टींचा विचार करायचो. दुष्ट कुत्र्यांपासून स्वतःला कसं वाचवायचं आणि थोडंफार का होईना, अन्न कसं मिळवायचं?

स्वसुरक्षेचा नियम

मेंढी जशी भीतीपोटी कळपाच्या मध्यभागी जाते, त्याचप्रमाणे प्रत्येकजण समूहाच्या मधोमध जाण्याचा प्रयत्न करत असे. त्यामुळे समूहाच्या पुढे, मागे व दोन बाजूला चालणाऱ्या सैनिकांचा लाठीमार टाळता येत असे आणि मध्यभागी जागा मिळण्याचा अजून एक फायदा होता तो म्हणजे बोचऱ्या वाऱ्यापासून संरक्षण. त्यामुळे शब्दशः स्वतःची कातडी वाचविण्यासाठी प्रत्येकजण समूहात घुसण्याचा प्रयत्न करत असे. समूहात फिरताना हे अगदी नकळतपणे होत असे. परंतु इतर वेळीही लक्ष वेधून न घेणं ह्या छावणीतील स्वसंरक्षणासाठी असलेल्या अत्यंत महत्त्वाच्या कायद्याचं पालन करताना आम्ही जाणीवपूर्वक प्रयत्न करायचो. कोणत्याही नाझी सैनिकाची नजर आपल्यावर पडू नये यासाठी आम्ही नेहमीच प्रयत्नशील असायचो.

एकांताची गरज

क्वचितप्रसंगी गर्दीपासून दूर राहणं शक्य व्हायचं व आवश्यकदेखील असायचं. हे तर सर्वांनाच माहीत आहे की सक्तीचं सामूहिक जीवन जगताना जेव्हा पूर्ण वेळ आपल्या प्रत्येक कृतीवर नजर ठेवली जाते, तेव्हा थोड्या वेळाकरिता का होईना, त्या सगळ्यापासून दूर जाण्याची तीव्र इच्छा निर्माण होऊ शकते. स्वतःबरोबर, स्वतःच्या विचारांबरोबर एकट्याने राहावं असं कैद्याला उत्कटपणे वाटत असे. एकांतासाठी तो झुरत असे. माझी रवानगी जेव्हा तथाकथित विश्रांतिगृहात झाली, तेव्हा मला सलग पाच मिनिटे एकांत अनुभवण्याचा दुर्मीळ योग आला. बुद्धिभ्रम झालेल्या पन्नास रुग्णांच्या छोट्याशा खोलीत त्यांची देखभाल करण्याचं काम मला देण्यात झालं होतं. त्या खोलीच्या मागे, छावणीभोवती असलेल्या काटेरी तारांच्या कुंपणाच्या एका कोपऱ्यात एक शांत जागा होती. झाडांच्या फांद्या व

काही खांब यांचा आधार घेऊन एक आडोसा तयार केला होता. एक अर्धा डझन प्रेतं ठेवण्यासाठी (छावणीतील रोजचा मृत्युदर) तिथे एक दांडा होता, जो पाण्याच्या नळ्यांना जोडला होता. जेव्हा मला माझ्या कामातून उसंत मिळायची, तेव्हा त्या दांड्यावर असलेल्या लाकडी झाकणावर मी बसायचो. आणि तारांच्या कुंपणापलीकडे दिसणारं हिरव्यागार टेकड्या, फुलं व दूर दिसणाऱ्या बवेरीयन निळ्या डोंगराचं दृश्य न्याहाळत राहायचो. मी उत्कटतेने स्वप्न पाहायचो आणि माझे विचार उत्तरेच्या व ईशान्येच्या दिशेने, माझ्या घराच्या दिशेला भटकत, परंतु मला फक्त ढग दिसत.

रोग्यांची सेवा

जवळ ठेवलेली प्रेतं, त्याच्यावर वळवळणारे किडे यांचा मला काही त्रास होत नसे. बाजूने जाणाऱ्या सैनिकांच्या पावलांच्या आवाजाने मात्र मला स्वप्नातून जाग येत असे; किंवा रुग्णांच्या खोलीतून आलेल्या हाकेमुळे किंवा रुग्णांसाठी औषधांचा नवीन पुरवठा आल्यावर तो ताब्यात घेण्यासाठी जावं लागायचं, तेव्हा पन्नास रुग्णांमध्ये ॲस्परिनच्या पाच ते दहा गोळ्या अनेक दिवस पुरवाव्या लागत. मी औषधं ताब्यात घेतली व रुग्णांची तपासणी सुरू केली. रुग्णांची नाडीपरीक्षा केली आणि ज्यांची प्रकृती जास्त गंभीर आहे, अशांना अर्धी गोळी दिली. जे रुग्ण अत्यवस्थ होते त्यांना काहीही औषध मिळालं नाही. त्यांचा काही उपयोग झाला नसता आणि जे रुग्ण जगण्याची शक्यता आहे, त्यांना औषधाची कमतरता भासली असती. किरकोळ आजारांसाठी दिलासा देण्याखेरीज माझ्याकडे दुसरं काहीही नव्हतं. अशा प्रकारे स्वतः टायफसने ग्रस्त असताना, खूप अशक्त वाटत असतानासुद्धा मी प्रत्येक रुग्णाची शक्य असेल तेवढी देखभाल करत होतो. आणि मग माझ्या एकांतात लाकडी झाकणावर बसायला जात होतो.

योगायोगाने एकदा ह्याच दांड्यामुळे तीन कैद्यांचा जीव वाचला. आमची सुटका होण्याच्या थोडं आधी मोठ्या प्रमाणावर कैद्यांची रवानगी डकाव येथील छावणीमध्ये करण्यात आली आणि ह्या तीन कैद्यांनी मोठ्या शिताफीने ती चुकविण्याचा प्रयत्न केला. दांड्यावरून खाली उतरून ते तिथे लपून बसले. मी अगदी शांतपणे झाकणावर बसून काटेरी कुंपणापलीकडे दगड फेकण्याचा बालिश खेळ निवांतपणे खेळत होते. मला पाहून सैनिक एक क्षण थबकला, परंतु लगेच पुढे निघून गेला. मग लवकरच मी त्या तिघांना धोका टळल्याचं सांगितलं.

निव्वळ एक आकडा

छावणीमध्ये मानवी जीवनाला किती क्षुल्लक मानलं जायचं, याची कल्पना छावणीबाहेरील व्यक्तीला करणं खूप कठीण आहे. छावणीने कैद्यांना पाषाणहृदयी बनवलं होतं. परंतु जेव्हा येथील रुग्णांची रवानगी करण्यात आली, त्या वेळी मानवी अस्तित्वाचा पूर्णपणे झालेला अनादर कैद्यांना प्रकर्षाने जाणवला. अगदी कृश झालेली रुग्णांची शरीरं दुचाकी हातगाड्यांवर फेकून देण्यात आली आणि कैद्यांनी त्या हातगाड्या अनेक मैल दूर असलेल्या छावणीपर्यंत वाहून नेल्या. अनेकदा बर्फाच्या वादळामधून जरी एखादा रुग्ण गाडी निघण्यापूर्वी मृत्यू पावला तरी त्याला हातगाडीवर फेकण्यात येत असे, कारण कैद्यांची यादी अगदी बरोबर असायला हवी! फक्त यादीला काय ते महत्त्व होतं. माणसाची गणती फक्त त्याला दिलेल्या कैदीनंबर पुरती होती. माणूस अक्षरशः एक नंबर बनला होता. जिवंत किंवा मृत ते महत्त्वाचं नव्हतं; त्या 'नंबर'च्या आयुष्याला कवडीचं मोल नव्हतं. त्या नंबरच्या मागे असलेल्याचं नाव, त्याची पार्श्वभूमी, त्याचं नशीब, आयुष्य कशालाच महत्त्व नव्हतं.

एकदा रुग्णांबरोबर मी त्याचा डॉक्टर म्हणून बव्हारियातील एका छावणीतून दुसऱ्या छावणीपर्यंत प्रवास करत होतो, तेव्हा एका तरुण कैद्याच्या भावाचं नाव यादीमध्ये नव्हतं. ज्यामुळे भावाला तिथेच राहावं लागणार होतं. त्या तरुण कैद्याने वार्डनच्या इतक्या विनवण्या केल्या की तो कैद्यांची अदलाबदली करायला तयार झाला. आणि त्याच्या भावाने अशा माणसाची जागा घेतली, ज्याला त्या जुन्या छावणीत राहण्याची इच्छा होती. परंतु यादी तर बरोबर असायला हवी! ते सोपं होतं. त्याच्या भावाने फक्त स्वतःचा नंबर त्या कैद्याबरोबर बदलला.

आधी उल्लेख केल्याप्रमाणे आमच्याजवळ काहीही कागदपत्रं नव्हती, प्रत्येकाकडे स्वतःचं शरीर होतं आणि नशीब म्हणजे ते श्वास घेत होतं. इतर सर्व गोष्टी म्हणजे आमच्या सापळ्यावर असलेली लक्तरं होती, ती महत्त्वाची बनत जेव्हा आमची रवानगी रुग्ण म्हणून होत असे. निर्गमन होणाऱ्या शरीराची निर्लज्जपणे तपासणी निव्वळ यासाठी होत असे की त्यांचे कपडे व बुट आपल्या कपडे-बुटांपेक्षा बरे आहेत का? नाहीतरी त्यांचं नशीब ठरलेलं होतं. परंतु जे कैदी छावणीमध्ये मागे राहणार आहेत, ज्यांच्यामध्ये काम करण्याची कुवत अजूनही आहे, अशा कैद्यांना तग धरण्यासाठी शक्य असेल ते करणं भाग होतं. त्यांना भावनाप्रधान असून चालणार नव्हतं. कैद्यांना जाणीव झाली की आपलं सर्वस्व

सैनिकांच्या मर्जीवर अवलंबून आहे. आपण नशिबाच्या हातातलं खेळणं बनलोय आणि त्यामुळे ते गरजेपेक्षा जास्त प्रमाणात माणूसपण गमावून बसले.

नशिबाचा खेळ

ऑस्‌विट्‌झमध्ये मी स्वतःसाठी एक नियम बनवला होता. जो मला खूप उपयुक्त ठरला व जो माझ्या अनेक साथीदारांनीदेखील नंतर पाळला. मी बहुतेकदा सर्व प्रश्नांची खरीखुरी उत्तरे देत असे. परंतु जे स्पष्टपणे विचारलं जात नाही, त्याविषयी मी मौन पाळत असे. माझं वय विचारलं तर ते मी सांगत असे. माझा व्यवसाय विचारला तर मी डॉक्टर असं सांगत असे, परंतु जास्त खुलासा करत नसे.

ऑस्‌विट्‌झमध्ये पहिल्या दिवशी सकाळी एक नाझी अधिकारी परेडच्या ग्राउंडवर आला. आमची छोट्या गटांमध्ये विभागणी झाली. वय चाळीसपेक्षा जास्त, चाळीसपेक्षा कमी, धातूचं काम करणारे, यंत्रावर काम करणारे इत्यादी त्या निकषांवर आमची तपासणी झाली व काही कैद्यांना वेगळ्या गटात धाडण्यात आलं. आमच्या गटाला दुसऱ्या खोलीत पाठवलं व पुन्हा रांगेत उभं केलं. पुन्हा एकदा वर्गीकरण झालं आणि माझं वय व व्यवसाय याबद्दल उत्तरं दिल्यानंतर मला अजून एका छोट्या गटामध्ये पाठविण्यात आलं. पुन्हा आमची रवानगी एका वेगळ्या खोलीत झाली आणि वेगळे गट झाले.

हे असंच थोडा वेळ चालू होतं आणि माझी निराशा वाढत होती, कारण मी आता अनोळखी व्यक्तींबरोबर होतो; जे मला न समजणारी परकीय भाषा बोलत होते. मग शेवटचं वर्गीकरण झालं आणि मी पहिल्या खोलीत ज्या मंडळींबरोबर होतो तिथे पुन्हा येऊन पोहोचलो! त्यांच्या लक्षातसुद्धा आलं नव्हतं की तेवढ्या वेळात माझी इतकी फरफट झाली होती. परंतु मला जाणीव झाली होती की, त्या काही मिनिटांत नशिबाने आपली अनेक रूपं मला दाखविली होती.

11

विश्राम छावणीची कहाणी

जेव्हा आजारी कैद्यांची रवानगी 'विश्राम' छावणीमध्ये होत होती, तेव्हा माझं नाव (म्हणजे माझा नंबर) यादीमध्ये होतं; कारण काही डॉक्टरांची गरज

भासणार होती. परंतु कोणालाही खात्री नव्हती की त्यांना खरंच 'विश्राम' छावणीत पाठविण्यात येणार आहे का? काही आठवड्यांपूर्वी अशीच तयारी केली होती. तेव्हासुद्धा सर्वांना हेच वाटलं होतं की, गॅस चेंबरला धाडण्यात येणार आहे. जेव्हा असं जाहीर करण्यात आलं की, जे कैदी ती भयानक रात्रपाळी करण्याची तयारी दाखवतील, त्यांचं नाव यादीतून वगळण्यात येईल. तेव्हा ८२ कैद्यांनी लगेचच तशी तयारी दाखविली. पुढच्या पंधरा मिनिटात तो रवानगीचा बेत रद्द झाला. परंतु त्या ८२ कैद्यांना मात्र रात्रपाळी करावी लागली. आणि त्यातील बहुतेकांसाठी रात्रपाळी म्हणजे पुढील पंधरा दिवसात मृत्यूची निश्चिती.

आता दुसऱ्यांदा 'विश्राम' छावणीत पाठविण्याचा बेत आखला जात होता. कोणालाच माहीत नव्हतं की १४ दिवसांकरिता का होईना, आजारी कैद्यांकडून शेवटचा औंस काम करून घेण्याची ही एक क्लृप्ती आहे, की त्यांना गॅस चेंबरला धाडण्याचा कट आहे, की खरोखरच विश्राम छावणीत पाठविण्याचा बेत आहे? आमचा मुख्य डॉक्टर, ज्याला माझ्याबद्दल आपुलकी होती तो एका रात्री पावणे दहाला येऊन मला हळूच म्हणाला, यादीमधून तुझं नाव वगळण्याविषयी मी वरिष्ठ अधिकाऱ्यांशी बोललोय, दहा वाजेपर्यंत तिथे जाऊन तुझं नावं खोडून ये.

मी त्याला सांगितलं, की माझी पद्धत वेगळी आहे; माझ्या नशिबामध्ये मी ढवळाढवळ करत नाही. आणि मी माझ्या मित्रांबरोबर राहणं जास्त बरं होईल. त्याच्या डोळ्यांत मला दया दिसली, जणू काही त्याला उमगलं होतं... त्याने मूकपणे माझ्याशी हात मिळवला, निरोप घेतल्याप्रमाणे कायमचा, आयुष्य संपल्यासारखा. मी संथपणे माझ्या खोलीत परतलो. माझा एक जवळचा मित्र तिथे माझी वाट पाहत होता.

"तुला खरंच त्यांच्याबरोबर जायचं आहे?" त्याने काळजीच्या सुरात विचारलं. "हो, मी जायचं ठरवलंय."

त्याचे डोळे पाणावले व मी त्याला दिलासा देण्याचा प्रयत्न केला. अजून एक गोष्ट करायची बाकी होती. माझं मृत्युपत्र तयार करणं :

"हे बघ ऑटो, मी जर कधी परत घरी जाऊ शकलो नाही आणि माझ्या पत्नीला भेटू शकलो नाही, तर आठवणीने तिला सांग की मी दररोज सतत तिच्याबद्दल बोलायचो. दुसरं म्हणजे माझं तिच्यावर इतर कोणाहीपेक्षा जास्त प्रेम आहे. तिसरं म्हणजे लग्नानंतर तिच्यासोबत घालवलेला अल्पसा काळ माझ्यासाठी

सर्वांत महत्त्वाचा आहे, अगदी इथे जे भोगावं लागतंय त्यापेक्षा खूप जास्त.''

''ऑटो, सध्या तू कोठे आहेस? जिवंत आहेस? आपण तो एक तास एकत्र घालवला त्यानंतर तुझं काय झालं? तुझी पत्नी तुला परत भेटली का? आणि तुला आठवतंय का, माझं मृत्युपत्र मी तुला कसं पाठ करायला लावलं, शब्द न् शब्द. एखाद्या लहान मुलासारखा तू रडत असताना.''

दुसऱ्या दिवशी सकाळी माझी रवानगी करण्यात आली. या वेळी कोणतीही क्लृप्ती नव्हती. आम्हाला गॅस चेंबरला धाडण्यात आलेलं नव्हतं आणि आम्ही खरोखरच विश्राम छावणीमध्ये गेलो. मला सहानुभूती दाखवणारे जुन्या छावणीमध्ये राहिले जिथे त्यांना मोठ्या दुष्काळाला तोंड द्यावं लागलं. स्वतःला वाचविण्याचा प्रयत्न करत असताना त्यांनी नशिबाची दारं बंद केली होती.

आमची सुटका झाल्यानंतर अनेक महिन्यांनी मी जुन्या छावणीतील एका मित्राला भेटलो. त्यांनी छावणीत पोलिसाचं काम करताना आलेला अनुभव सांगितला. प्रेतांच्या ढिगाऱ्यातून गायब असलेला मांसाचा तुकडा कसा त्याला एका भांड्यात शिजत असलेला सापडला. नरभक्षकपणा वाढीस लागला होता. मी अगदी योग्य वेळी त्या छावणीतून बाहेर पडलो होतो.

नोकराचा मृत्यू

या प्रसंगावरून तुम्हाला 'तेहेरानमधील मृत्यू' ही गोष्ट आठवली का? पर्शियातील एक श्रीमंत व बलवान मनुष्य आपल्या एका नोकराबरोबर बागेत फेरफटका मारत होता. तेवढ्यात तो नोकर किंचाळून म्हणाला की त्याला मृत्यू दिसला व मृत्यूने त्याला धमकी दिली. त्याने मालकाला सर्वांत वेगवान घोडा द्यायची विनंती केली म्हणजे संध्याकाळ होण्यापूर्वी तो तेहरानला पळून जाऊ शकेल. मालकाने ती विनंती मान्य केली आणि तो नोकर घोड्यावर स्वार होऊन निघून गेला. घरी परतत असताना मालकालासुद्धा मृत्यू दिसला व त्याने मृत्यूला विचारले, ''तू माझ्या नोकराला धमकी देऊन का घाबरवलंस?'' ''मी त्याला धमकी दिली नाही, मला फक्त त्याला इथे पाहून आश्चर्य वाटलं, जे मी दाखवलं. कारण आज रात्री तेहरानला त्याला भेटण्याचा माझा बेत होता.'' मृत्यू म्हणाला.

भाग्यावर विश्वास

छावणीतील कैदी कोणताही निर्णय घ्यायला व कोणात्याही प्रकारचा पुढाकार

घ्यायला अत्यंत घाबरत असत. यामागे ही तीव्र भावना होती की, नशीब आपला धनी आहे व त्यावर कोणत्याच प्रकारचा प्रभाव पाडण्याचा प्रयत्न करू नये, परंतु या उलट नशीब जिथे नेईल तिथे आपण जायला हवं. त्याचबरोबर तिथे इतकं औदासीन्य होतं की ज्याचा कैद्याच्या मानसिकतेवर परिणाम होत असे. काही प्रसंगी तातडीचे निर्णय घ्यावे लागत. ज्याची परिणती जीवन किंवा मृत्यू यामध्ये होऊ शकत असे. नशिबाने आपल्यासाठी ही निवड करावी असं कैद्यांना वाटे. छावणीतून पळून जाण्याचा प्रयत्न करावा की नाही, अशा प्रकारचे निर्णय घेताना कैद्याची स्वतःच्या जबाबदारीतून सुटका करून घेण्याची वृत्ती स्पष्टपणे दिसून येई. काही क्षणांत त्याला मनाची तयारी करावी लागे व नेहमीच हा निर्णय काही क्षणांमध्ये घ्यावा लागे. तेव्हा त्याला नरकयातना भोगाव्या लागत. पळून जाण्याचा प्रयत्न त्याने करावा का? त्याने हा धोका पत्करावा का?

अशा यातनांचा अनुभव मीदेखील घेतला होता. जेव्हा युद्धाचा काळ समिप आला, तेव्हा मला पळून जाण्याची संधी मिळाली होती. माझ्या एका सहकाऱ्याला छावणीबाहेरील वस्तीमध्ये वैद्यकीय सेवा देण्यासाठी जावं लागे. त्याने मला सोबत घेऊन छावणीतून पळ काढण्याचा बेत आखला. एका रुग्णाला माझ्यासारख्या तज्ज्ञांकडून विशेष सल्ला घेण्याची आवश्यकता आहे अशी सबब देऊन त्याने मला बाहेर नेलं. छावणीबाहेर विरोधी गटातली मंडळी आम्हाला गणवेश व कागदपत्रं पुरवणार होती. परंतु शेवटच्या क्षणी काही तांत्रिक अडचणींमुळे आम्हाला पुन्हा एकदा छावणीत परतावं लागलं.

आम्ही ह्या संधीचा फायदा घेऊन स्वतःसाठी काही गोष्टी म्हणजे सडके बटाटे मिळवले आणि कॅन्वासची एखादी सॅक कोठे मिळते का, याची शोधाशोध केली. बायकांची छावणी असलेल्या एका रिकाम्या खोलीत आम्ही घुसलो. ती रिकामी होती. कारण बायकांना दुसऱ्या छावणीत हलविण्यात आलं होतं. सर्वत्र पसारा होता, स्पष्ट दिसत होतं की बायकांनी सामानसुमान जमवलं होतं व त्यांना पळून जावं लागलं होतं. तिथे फाटक्या चादरी, पेंढा, सडलेले अन्नपदार्थ, फुटकी भांडी होती. काही भांडी सुस्थितीत होती व आमच्यासाठी खूप उपयुक्त होती. परंतु आम्ही ती न घेऊन जाण्याचं ठरवलं. आम्हाला माहीत होतं, हल्ली परिस्थिती पार बिघडल्यामुळे अशी भांडी जेवणासाठीच नव्हे तर हात धुण्यासाठी वॉशबेसिन वा मलपात्र म्हणूनदेखील वापरतात. (खोलीमध्ये कोणत्याही प्रकारची भांडी ठेवण्यास सक्त मनाई होती. परंतु काही कैद्यांना ह्या नियमाचं उल्लंघन करण्याशिवाय गत्यंतर

नव्हतं, विशेषकरून टायफसचे रुग्ण, ज्यांना कमालीच्या अशक्तपणामुळे इतरांचा आधार घेऊनसुद्धा बाहेर जाणं शक्य नव्हतं.)

मी बाहेर पहारा दिला आणि माझा मित्र खोलीत घुसला व थोड्याच वेळात एक सॅक त्याच्या कोटाखाली लपवून बाहेर आला. त्याने खोलीत अजून एक सॅक पाहून ठेवली होती, जी मला जाऊन आणायची होती. आम्ही जागा बदलल्या आणि मी आत गेलो. मी शोधाशोध केली व सॅक मिळवली आणि एक दात घासायचा ब्रशसुद्धा. अचानक मला दिसलं की तिथे सोडून दिलेल्या गोष्टींमध्ये एका बाईचं प्रेत आहे.

मानसिक शांतता

माझ्या मालकीच्या वस्तू गोळा करण्यासाठी मी माझ्या खोलीकडे धाव घेतली. माझा जेवणाचा वाडगा, एका मृत टायफस रुग्णांकडून वारसाहक्काने मिळालेला फाटक्या हातमोजांचा जोड व शॉर्टहँड लिपीने भरलेली कागदाची छोटी चवड (मी आधी म्हटल्याप्रमाणे ऑस्‌विट्झमध्ये हरवलेलं माझं हस्तलिखित मी पुन्हा लिहून काढायला सुरुवात केली होती.) खोल्यांमध्ये दोन्ही बाजूला ठेवलेल्या लाकडी फळकुटांवर दाटीवाटीने पहुडलेल्या माझ्या पेशंटना शेवटचं भेटावं म्हणून मी तिथे गेलो. माझ्या एकमेव देशबांधवाकडे मी पोहोचलो. तो अत्यवस्थ होता व तरीही त्यांचा जीव वाचवणं हे माझं ध्येय बनलं होतं. माझा पलायनाचा बेत मी माझ्यापाशीच ठेवला परंतु माझ्या बांधवाला जाणवलं की काहीतरी गडबड आहे. (कदाचित माझी अस्वस्थता त्याला दिसली.) थकलेल्या आवाजात त्याने मला विचारलं, तूसुद्धा बाहेर पडतोयस का? मी 'नाही' म्हटलं परंतु त्याचा दुःखी चेहरा मी पाहू शकलो नाही.

इतर पेशंटना भेटून झाल्यावर मी पुन्हा त्याच्यापाशी आलो. पुन्हा मला त्याच्या चेहऱ्यावर निराशा दिसली व त्याची नजर माझ्यावर आरोप करतोय असं वाटलं. मी माझ्या मित्राला त्याच्याबरोबर पळून जाण्यासाठी जेव्हा होकार दिला होता तेव्हा जी अस्वस्थता मनात दाटली होती, ती आता तीव्र झाली. अचानक मी नशिबाची सूत्रं स्वतःच्या हातात घेण्याचं ठरवलं. मी खोलीबाहेर पळालो व माझ्या मित्राला सांगितलं, मी त्याच्याबरोबर जाऊ शकलो नाही. जेव्हा मी त्याला ठामपणे सांगितलं मी माझ्या पेशंटस्‌बरोबर राहण्याचा निर्णय घेतला आहे, तेव्हा माझ्या मनातील उदासी दूर झाली. पुढचा दिवस काय दाखवेल, याची शाश्वती नव्हती. परंतु कधीच अनुभवली नाही अशी आंतरिक शांती मी आता अनुभवत होतो. मी

पुन्हा रुग्णांच्या खोलीत गेलो, माझ्या देशबांधवाच्या पायाशी जाऊन बसलो व त्याला दिलासा देऊ लागलो. नंतर इतर रुग्णांशी जाऊन बोललो, त्यांच्या भ्रमिष्ट अवस्थेत त्यांना शांत करण्याचा प्रयत्न करू लागलो.

12

छळछावणीतील शेवटचा दिवस

छावणीमधील आमचा शेवटचा दिवस आला. युद्ध जेव्हा जवळ येऊन ठेपलं, तेव्हा बहुतेक सर्व कैद्यांना दुसऱ्या छावणीमध्ये हलविण्यात आलं. छावणीचे अधिकारी, कॅपोस व आचारी पळून गेले होते. हुकूम देण्यात आला होता की सूर्यास्तापर्यंत छावणी पूर्णपणे रिकामी करावी. जे काही मोजके कैदी राहिले होते. (रुग्ण, थोडे डॉक्टर्स व काही परिचारक) त्यांनादेखील निघून जायचं होतं. रात्री छावणीला आग लावण्यात येणार होती. दुपारपर्यंत रुग्णांना वाहून नेणारे ट्रक आले नव्हते. आणि अचानक छावणीचे दरवाजे बंद करण्यात आले व तारांच्या कुंपणापलीकडे कोणी पळून जाऊ नये यासाठी कडक पहारा बसविण्यात आला. असं दिसत होतं की उरलेल्या कैद्यांच्या नशिबात छावणीबरोबर जळून खाक होणं लिहिलं होतं. मग दुसऱ्यांदा माझ्या मित्राबरोबर मी पळून जायचं ठरवलं.

तारांच्या कुंपणापलीकडे जाऊन तीन प्रेतांना पुरायचं काम आम्हाला देण्यात आलं होतं. छावणीमध्ये आम्ही दोघंच होतो, ज्यांच्यामध्ये हे काम करण्याची ताकद होती. इतर सर्वजण वापरत असलेल्या खोल्यांमध्ये आजारी अवस्थेत तापात, गुंगीत पडले होते. आम्ही योजना आखली. पहिल्या प्रेताबरोबर आम्ही माझ्या मित्राची सॅक जुन्या टोपलीमध्ये (जिचा शवपेटी म्हणून वापर होत होता) लपवून बाहेर घेऊन जाऊ. दुसऱ्या प्रेताच्या वेळी माझी सॅक बाहेर नेऊ आणि तिसऱ्या फेरीला पळून जाण्याचा आमचा बेत होता. पहिल्या दोन फेऱ्या योजनेनुसार पार पडल्या. आम्ही परतल्यानंतर माझा मित्र ब्रेड वगैरे काही मिळतोय का, याचा शोध घेऊ लागला म्हणजे पुढचे काही दिवस जंगलात आम्हाला तग धरता आली असती. मी त्याची वाट पाहत होतो. वेळ जात होता. तो परत न आल्यामुळे माझा धीर सुटत चालला होता. तीन वर्षांच्या तुरुंगवासानंतर मी अत्यंत आनंदाने सुटकेचं चित्र रंगवत होतो. रणांगणात धाव घेणं किती सुखद असेल, याची कल्पना करत होतो. परंतु आम्ही तितक्या दूरवर पोहोचलो नाही.

माझा मित्र परत आला. बरोबर त्याचक्षणी छावणीचे दरवाजे उघडले आणि रुपेरी रंगाची एक आलिशान गाडी – जिच्यावर लाल रंगाचे क्रॉस रंगवले होते – ती हळूहळू परेडच्या ग्राउंडमध्ये आली. जिनिव्हामधील आंतरराष्ट्रीय रेड क्रॉस सोसायटीचा प्रतिनिधी आला होता आणि ही छावणी व त्यातील कैदी आता त्याच्या संरक्षणाखाली होते. त्याच्या राहण्याची सोय जवळच्या फार्महाउसमध्ये केली होती म्हणजे त्याला छावणीकडे सतत लक्ष पुरवता येईल. आता पळून जायची काय गरज होती? गाडीमधून औषधांची खोकी बाहेर काढण्यात आली, सिगरेट्स वाटण्यात आल्या, आमचे फोटो काढण्यात आले आणि वातावरण आनंदी झालं. आता आम्हाला जिवावर उदार होऊन रणांगणापर्यंत धाव घेण्याची गरज राहिली नाही.

उत्साहाच्या भरात आम्ही तिसऱ्या प्रेताविषयी विसरून गेलो होतो. मग आम्ही ते बाहेर नेलं व त्यासाठी खणलेल्या खड्ड्यात ठेवलं. आमच्याबरोबर असलेला पहारेकरी – त्यातला त्यात निरुपद्रवी माणूस – अचानक खूप सौम्य झाला. त्यांच्या लक्षात आलं होतं की गोष्टींना वेगळं वळण मिळण्याची शक्यता आहे व तो आता आमची मर्जी संपादन करण्याचा प्रयत्न करत होता. त्या तीन मृत व्यक्तींना पुरण्याआधी आम्ही जी छोटीशी प्रार्थना केली, त्यात तोदेखील सामील झाला. मागील काही दिवसांचा, तासांचा ताण व उत्साह, गेल्या काही दिवसांत मृत्यूशी दिलेली झुंज यामुळे शांतीची याचना करणाऱ्या आमच्या प्रार्थनेचे सूर उत्कटपणे अंतरंगातून उमटले.

अशा प्रकारे छावणीतील शेवटचा दिवस सुटकेची स्वप्नं पाहण्यात गेला. परंतु आम्ही आनंद साजरा करायला घाई केली होती. रेड क्रॉसच्या प्रतिनिधीने आम्हाला खात्रीने सांगितलं होतं, की करारावर सह्या झाल्यात व छावणी रिकामी करण्याची गरज नाही. परंतु रात्री नाझी सैनिक ट्रकमधून आले व त्यांना छावणी खाली करण्याचा हुकूम होता. राहिलेल्या कैद्यांना मुख्य छावणीमध्ये नेण्यात येणार होतं. पुढील अठ्ठेचाळीस तासांत त्यांची रवानगी स्वित्झर्लंडला होणार होती व या कैद्यांच्या बदल्यात युद्धातील काही बंदी सैनिकांची सुटका होणार होती. नाझी सैनिकांना आम्ही ओळखलंदेखील नाही. ते प्रेमाने बोलत होते, न घाबरता ट्रकमध्ये चढण्याचा आग्रह करत होते. आमचं नशीब खूप चांगलं आहे याची कृतज्ञता आम्ही ठेवायला हवी असं सांगत होते. ज्या कैद्यांमध्ये थोडीफार शक्ती होती ते चढून ट्रकमध्ये बसले आणि रुग्ण व अशक्त व्यक्तींना मोठ्या प्रयासाने वर उचलून

ठेवण्यात आलं.

मी व माझा मित्र – आम्हाला आता आमच्या सॅक लपविण्याची गरज नव्हती – शेवटच्या गटामध्ये उभे होतो. ट्रकमधून रवानगी होण्यासाठी आमच्यातील तेरा जणांची निवड होणार होती. मुख्य डॉक्टरनी तेरा जणांना वेगळं काढलं, परंतु त्यात आम्हाला दोघांना वगळलं होतं. त्यांना ट्रकमध्ये चढविण्यात आलं व आम्ही, दोघं मात्र मागेच राहिलो. आम्हाला आश्चर्य वाटलं व वैतागून, निराश होऊन आम्ही डॉक्टरला दोष देऊ लागलो. मी खूप दमलोय व त्यामुळे माझं नीट लक्ष नव्हतं अशी सबब डॉक्टरने दिली. तो म्हणाला की, आमचा अजूनही पळून जायचा विचार आहे असं त्याला वाटलं. अस्वस्थपणे आम्ही तिथे बसून राहिलो, सॅक पाठीवरच होत्या आणि आम्ही उरलेल्या मोजक्या कैद्यांबरोबर शेवटच्या ट्रकची वाट पाहत होतो. बराच वेळ आम्ही बसून होतो. शेवटी रिकाम्या झालेल्या पहारेकऱ्यांच्या खोलीतील गाद्यांवर झोपून गेलो. गेल्या काही दिवसांत, तासांत आम्ही आशा व निराशा या दोन टोकाच्या अवस्थांमध्ये सतत दोलायमान होत होतो आणि त्यामुळेच प्रचंड थकवा जाणवत होता. आम्ही कपडे-बुट घालून तसेच झोपलो होतो, अगदी प्रवासाच्या तयारीत.

बंदुकीच्या, तोफेच्या आवाजाने आम्हाला जाग आली; ट्रेसर बुलेटचा प्रकाश व बंदुकीच्या गोळ्या खोलीत शिरल्या. मुख्य डॉक्टर धावतपळत आला व त्याने आम्हाला जमिनीवर पडून राहायला सांगितलं. वरच्या बेडवरून एक कैदी माझ्या पोटावर पडला आणि ते पण बुट घालून, त्यामुळे मला खडबडून जाग आली! काय होतंय याचा आम्हाला मग उलगडा झाला. युद्ध आमच्यापर्यंत येऊन पोहोचलं होतं! गोळीबार कमी झाला व सकाळ झाली. बाहेर छावणीच्या दरवाजातील खांबावर पांढरा झेंडा वाऱ्यावर फडफडत होता.

नशिबाची अशीही एक खेळी

अनेक दिवसांनंतर आम्हाला शोध लागला की शेवटच्या काही तासांतसुद्धा नशीब आम्हा काही कैद्यांबरोबर कोणती खेळी खेळले. आम्हाला उलगडा झाला की मानवी निर्णय – विशेषतः जीवन व मृत्यू यांच्या संदर्भात घेतलेले – किती अनिश्चित असतात. आमच्या छावणीच्या जवळच असलेल्या एका छोट्या छावणीत घेतलेले काही फोटो माझ्या नजरेस पडले. त्या रात्री आमच्या ज्या मित्रांना वाटत होतं की, त्यांचा सुटकेच्या क्षणापर्यंत जाणारा प्रवास होतोय, त्यांना

ट्रकमधून ह्या छावणीत नेण्यात आलं, तिथे त्यांना खोल्यांमध्ये बंद करून जाळून मारण्यात आलं. त्यांचे अर्धवट जळलेले चेहरे मी फोटोमध्ये ओळखले. मला पुन्हा एकदा तेहेरानमधील मृत्यू या गोष्टीची आठवण झाली.

कैद्याची उदासीनता ही त्याचा बचाव करण्याची यंत्रणा असली तरी त्यामागे इतर अनेक कारणं होती. भूक व झोपेचा अभाव ह्या गोष्टी त्यासाठी कारणीभूत होत्या. (सामान्य आयुष्यातदेखील असतात) आणि अस्वस्थता, चिडचीड अशी कैद्यांची मानसिक अवस्था होती. झोपेचा अभाव होता कारण कैद्यांनी खच्चून भरलेल्या खोल्यांमध्ये स्वच्छता न ठेवता आल्यामुळे किडेकीटकांचा उपद्रव होता. आमच्या आहारात निकोटीन किंवा कॅफेन नसल्यामुळेसुद्धा आमची स्थिती निराशाग्रस्त, चिडचिडी होती.

कैद्यांमधला न्यूनगंड

ही झाली शारीरिक कारणं, त्याचप्रमाणे मानसिक कारणंसुद्धा होती. उदा. काही प्रकारचे न्यूनगंड. बहुतेक कैद्यांना एक प्रकारचा न्यूनगंड होता. आम्ही सर्वजण एके काळी कोणीतरी व्यक्ती होतो किंवा कोणीतरी बनण्याची आमची इच्छा होती. आता मात्र आम्हाला अस्तित्व नसल्यासारखी वागणूक होती. (आपल्या आंतरिक मोलाची जाणीव खोलवर, आत्मिक गोष्टीमध्ये स्थित असते व छावणीतील आयुष्य ती हादरवू शकत नाही. परंतु कैदी वगळले तरी किती व्यक्तींना मुक्त जाणीव असते?) जाणीवपूर्वक विचार न करता सर्वसाधारण कैदी स्वतःला अगदी खालच्या पातळीवर नेऊन ठेवत. छावणीमध्ये असलेल्या एकांगी सामाजिक व्यवस्थेतून निर्माण होणाऱ्या विरोधाभासातून हे स्पष्ट दिसत असे.

जे महत्त्वाचे कैदी होते, उदा. कॅपोस, आचारी, कोठनीस व पोलीस यांना इतर सामान्य कैद्यांप्रमाणे अजिबात खालच्या पातळीवर आल्यासारखं वाटत नसे, याउलट त्यांना बढती मिळाल्यासारखं वाटत असे. काहींनी तर स्वतःभोवती उदात्ततेचं आभासी वलय निर्माण केलं होतं. ह्या मर्जीतल्या अल्पसंख्याकांबद्दल हेवा वाटणाऱ्या व तक्रार असणाऱ्या इतर बहुसंख्य कैद्यांची मानसिक प्रतिक्रिया अनेक गोष्टींतून व्यक्त होत असे. कधी कधी विनोदातून उदा. मी एका कैद्याला दुसऱ्या कैद्याशी कॅपोबद्दल बोलताना ऐकलं, ''हे बघ, मी ह्या माणसाला तेव्हापासून ओळखतोय जेव्हा हा एक मोठ्या बँकेचा फक्त अध्यक्ष होता. आता त्याची इतकी प्रगती झाली हे सुदैवच नव्हे काय?''

जेव्हा जेव्हा खालच्या पातळीवर आलेले बहुसंख्य कैदी आणि बढती मिळालेले अल्पसंख्य यांच्यामध्ये झगडा होत असे, (आणि तशा अनेक संधी मिळायच्या, अन्नाचं वितरण ही पहिली) तेव्हा परिणाम विस्फोटक असायचा. अशा प्रकारे मानसिक ताणतणावाची जोड मिळाल्यावर सर्वत्र असलेली चिडचिडी अस्वस्थता (ज्याची शारीरिक कारणं वरती नमूद केली आहेत) जास्त तीव्र बनायची आणि साहजिकच ह्या ताणतणावाचा शेवट मोठ्या झगड्यामध्ये व्हायचा. कैद्यांच्या नजरेस नेहमीच मारहाणीची दृश्यं पडल्यामुळे त्यांचा हिंसेकडे कल वाढत असे. अगदी उपाशी, थकलेला असतानादेखील रागाच्या भरात मी मुठी आवळल्याचं माझ्या लक्षात आलं होतं.

छावणीत मी नेहमीच खूप थकलेला असायचो कारण मला रात्रभर जागून स्टोव्हमध्ये कोळसे घालावे लागत, (टायफसच्या रुग्णांसाठी आम्हाला खोलीमध्ये स्टोव्ह ठेवण्याची परवानगी होती.) परंतु छावणीत मी घालवलेला सर्वांत सुंदर वेळ म्हणजे मध्यरात्री जेव्हा इतर सर्वजण निद्रिस्त असायचे, मी स्टोव्हच्या समोर आरामात पडून निखाऱ्यावर चोरलेले बटाटे भाजू शकत होतो. परंतु दुसऱ्या दिवशी मात्र नेहमीपेक्षा जास्त थकवा, चिडचिड, असंवेदनशीलता जाणवायची.

छळछावणीतल्या स्वच्छतेची जबाबदारी

मी टायफसच्या रुग्णांसाठी डॉक्टरचं काम करत असताना मला तेथील वरिष्ठ वॉर्डनचं कामदेखील करावं लागत होतं, कारण तो आजारी होता. त्यामुळे खोली स्वच्छ ठेवण्याची जबाबदारी माझी होती. जर त्या स्थितीला 'स्वच्छ' असं संबोधता आलं तर. रुग्णांच्या खोलीची जी वारंवार तपासणी व्हायची, त्यामागचा हेतू स्वच्छता राखणे ही कमी आणि छळ करणे हा जास्त होता. जास्त अन्न व थोडीफार औषधे मिळाली असती तर बरं झालं असतं, परंतु तपासणी करणाऱ्या अधिकाऱ्यांना फक्त गवताची काडी कुठे दिसतेय का किंवा रुग्णांची ती घाणेरडी, फाटलेली व कीटकांनी भरलेली पांघरुणं त्यांच्या अंगावर नीट अंथरलीत का, या गोष्टींमध्ये रस होता. रुग्णांच्या तब्येतीची त्यांना बिलकूल चिंता नव्हती.

सलाम ठोकत मी जर त्यांना आत्मविश्वासाने ती माहिती दिली, खोली नंबर ६/९ : रुग्ण ५२, नर्सेस ०२ व डॉक्टर ०१ तर ते खूश होत. आणि मग ते निघून जात. परंतु ते येईपर्यंत - बहुतेक वेळा ते दिलेल्या वेळेपेक्षा खूप उशिरा येत व कधी कधी तर येतच नसत - मला पांघरुणं नीट करत राहावी लागत. गवताच्या

काड्या वेचत राहाव्या लागत आणि त्या बिचाऱ्या रुग्णांना ओरडत राहावं लागे, कारण अंथरुणात चुळबुळ केल्यावर मी प्रयत्नपूर्वक ताठ केलेली पांघरुणं विस्कटत. तापाच्या रुग्णांत औदासीन्य इतकं वाढत असे की ते ओरडल्याशिवाय काहीच ऐकत नसत, प्रतिसाद देत नसत. कधी कधी ओरडणं पण वाया जात असे आणि मग त्यांच्यावर हात न उचलण्यासाठी प्रचंड स्वनियंत्रणाची आवश्यकता भासे. समोरच्या व्यक्तीने दाखविलेली उदासीनता व त्यातून निर्माण होणारा प्रचंड धोका (येऊ घातलेली तपासणी) अशा परिस्थितीत चिडचिड त्रासून जाण्याची प्रतिक्रिया वाजवीपेक्षा फार मोठ्या प्रमाणात व्यक्त व्हायची.

काही नवे प्रश्न

छळछावणीतील कैद्यांची जी विशिष्ट अवस्था होती, त्यांचा मानसशास्त्रीय दृष्टिकोनातून सादरीकरण करण्याचा व स्पष्टीकरण मिळवण्याचा प्रयत्न केला असता असा समज होऊ शकतो की, माणसाच्या परिस्थितीचा त्याच्यावर पूर्णपणे व अपरिहार्यपणे प्रभाव पडत असतो. (ह्या बाबतीत आजूबाजूची परिस्थिती म्हणजे छावणीची स्वतंत्र अशी रचना, जी कैद्यांना ठरावीक साच्यानुसार वागायला भाग पाडत असे.) परंतु मग मानवी स्वातंत्र्याचं काय? भोवतालच्या परिस्थितीला काय प्रतिक्रिया द्याव्यात व कसं वागावं, याबाबतीत आत्मिक स्वातंत्र्य नसतं का? हा सिद्धांत खरा का, जो आपल्याला ठामपणे सांगतो की माणूस हा भोवतालच्या परिस्थितीचं व पर्यावरणातील घटकांचं उत्पादन आहे. मग ते घटक जीवशास्त्रीय, मानसशास्त्रीय किंवा समाजशास्त्रीय स्वरूपाचे असोत. माणूस ह्या सर्व घटकांच्या अपघातातून निर्माण झालेलं उत्पादन आहे का? महत्त्वाचं म्हणजे छळछावणीतील एकांगी जगाला कैद्यांनी दिलेली प्रतिक्रिया सिद्ध करते का, की माणूस भोवतालच्या परिस्थितीच्या प्रभावापासून मुक्त होऊ शकत नाही? अशा वातावरणात माणसाला कृतीचं स्वातंत्र्य नसतं का?

मनुष्याची निवड

आपण ह्या प्रश्नांची उत्तरं अनुभवावरून आणि तत्त्वानुसार देऊ शकतो. छावणीतील अनुभवावरून असं दिसून येतं की माणसाकडे कृतीचं स्वातंत्र्य नक्कीच असतं. अशी अनेक उदाहरणं होती, बहुधा शूरपणाची, जी सिद्ध करतात की नैराश्य दूर करता येतं, चिडचिड, त्रासिकपणावर काबू ठेवता येतो. अशा अत्यंत भयानक मानसिक व शारीरिक क्लेशाच्या परिस्थितीतसुद्धा माणूस आत्मिक मुक्तीचा, मानसिक स्वातंत्र्याचा अंश जतन करू शकतो. आमच्याबरोबर छावणीत

राहणाऱ्या अशा काही व्यक्ती होत्या, ज्या दुसऱ्यांना दिलासा देत, स्वतःकडील शेवटचा ब्रेडचा तुकडा देत. अशा व्यक्ती अगदी मोजक्या होत्या, परंतु त्या सिद्ध करतात की एक गोष्ट सोडून माणसाकडून इतर काहीही हिसकावून घेता येतं, ती गोष्ट म्हणजे; माणसाचं अंतिम स्वातंत्र्य – आपला दृष्टिकोन निवडण्याचं स्वातंत्र्य. मग परिस्थिती कोणतीही असो, स्वतःची पद्धत, वृत्ती निवडण्याचं स्वातंत्र्य.

आणि निवड करण्याचे प्रसंग नेहमीच येत. प्रत्येक दिवस, प्रत्येक तास निर्णय घेण्याची संधी देत असे, असे निर्णय जे ठरवतात की तुम्ही अशा शक्तीला शरण जाणार आहात का जी तुम्हाला तुमच्यापासून, तुमच्या आंतरिक मुक्तीपासून हिरावून घेत आहे; असे निर्णय जे ठरवतात की तुम्ही स्वाभिमान व स्वातंत्र्य यांचा त्याग करून परिस्थितीच्या हातातलं खेळणं बनणार आहात, अगदी नमुनेदार साच्यातले कैदी बनणार आहात.

ह्या दृष्टिकोनातून पाहता, छावणीतील कैद्यांच्या मानसिक प्रतिक्रिया म्हणजे विशिष्ट शारीरिक व सामाजिक परिस्थितीचं व्यक्त स्वरूप न राहता त्याहून जास्त महत्त्वाच्या बनतात. झोपेचा अभाव, अन्नाची कमतरता व वेगवेगळे मानसिक क्लेश अशा परिस्थितीत कैदी ठरावीक प्रकारची प्रतिक्रिया देणं जरी अपेक्षित असलं तरी शेवटच्या विश्लेषणातून हे स्पष्ट झालं आहे की, कैदी ज्या प्रकारचा माणूस बनतो, त्यात केवळ छावणीतील परिस्थितीचा प्रभाव नसून त्याने घेतलेल्या आंतरिक निर्णयाचा मोठा वाटा आहे. म्हणूनच मुळात कोणतीही व्यक्ती अशा परिस्थितीतदेखील ठरवू शकते की तिला मानसिक व आत्मिक पातळीवर काय बनायचं आहे? अगदी छळछावणीतसुद्धा ती व्यक्ती स्वतःचा मानवी उदात्तपणा जपू शकते.

दोस्तोवस्की (रशियन तत्त्ववेत्ता लेखक) म्हणाला, मला एकाच गोष्टीची प्रचंड भीती वाटते : माझ्या यातना भोगण्यासाठी माझी पात्रता नसणं. छावणीतील त्या शहीद झालेल्या महान व्यक्ती ज्यांच्या वागण्यातून, ज्यांच्या नरकयातना व मृत्यूमधून हे सिद्ध होतं की, शेवटची आंतरिक मुक्तता कधीच गमावली जात नाही; त्यांना पाहिल्यावर मला दोस्तोवस्कीचे शब्द पुन्हा पुन्हा आठवू लागले. असं म्हणता येईल – ते त्यांच्या यातना भोगण्यासाठी पात्र होते; ज्या पद्धतीने त्यांनी त्यांच्या यातना झेलल्या, ते खरोखरच आंतरिक विजय मिळवणं होतं. ही आत्मिक मुक्ती जी हिरावून घेतली जाऊ शकत नाही. जीवनाला अर्थपूर्ण व उद्दिष्टपूर्ण बनवते.

13

जीवनाचं उद्दिष्ट

कृतिशील जीवन माणसाला सर्जनशील कामाचं महत्त्व जाणून घेण्याची संधी देतं तर आनंद उपभोगणारं निष्क्रिय जीवन त्याला सौंदर्य, कला किंवा निसर्ग यांच्या अनुभवातून पूर्तता मिळवण्याची संधी देतं. परंतु असं जीवनदेखील अर्थपूर्ण आहे, ज्यात निर्मिती व आनंद उपभोगणं ह्या दोहोंचा अभाव आहे आणि ज्यामध्ये उच्च नैतिक वर्तनाची फक्त एक शक्यता उपलब्ध असते, ती म्हणजे त्याचा अस्तित्वाप्रत असलेला त्याचा दृष्टिकोन, असं अस्तित्व जे बाहेरील घटकांमुळे मर्यादित झालंय. निर्मितिक्षम जीवन व आनंद उपभोगणारं जीवन जगण्यास त्याला मनाई आहे. परंतु निर्मितिक्षमता व आनंद उपभोगणं एवढंच अर्थपूर्ण असतं असं नव्हे. जर जीवनाला काही अर्थ असेल तर वेदना भोगण्यालासुद्धा अर्थ असणार. नशीब व मृत्यूप्रमाणे वेदना जीवनाचा अविभाज्य भाग आहे. वेदना आणि दुःखाशिवाय मानवी जीवन पूर्ण होऊ शकत नाही.

ज्या पद्धतीने माणूस त्याच्या नशिबाचा व नशिबाने भोगायला लावलेल्या दुःखाचा स्वीकार करतो, ज्या पद्धतीने तो आपली दुःखं समर्थपणे पेलतो, त्याला त्याच्या आयुष्याला खूप खोल अर्थ देण्याची संधी प्राप्त होते. अगदी अत्यंत बिकट परिस्थितीतसुद्धा तो सन्मानाने, धैर्याने व निःस्वार्थपणे जगू शकतो किंवा स्वत्व जपण्याच्या लढाईत तो आपली मानवी मूल्ये विसरून एखाद्या जनावरासारखं जगू शकतो. बिकट परिस्थिती त्याला मानवी मूल्ये साध्य करण्याची संधी देते, ती संधी घ्यायची की सोडून द्यायची, याची निवड त्याच्या हातात आहे. ही निवडच ठरवते की तो त्याचं दुःख भोगायला पात्र आहे की नाही.

अशा प्रकारची मानसिकता वस्तुस्थितीपासून अगदी दूर आहे आणि लौकिक जगात अशक्य आहे असं समजू नका. हे सत्य आहे की, अगदी मोजक्या मंडळींना इतकी उच्च नीतिमूल्यं साध्य करणं शक्य होतं. आमच्यामध्ये अगदी थोडेजण होते, ज्यांनी स्वतःचं पूर्ण आंतरिक स्वातंत्र्य जपलं होतं व त्यांच्या दुःखाने त्यांना देऊ केलेली नीतिमूल्यं जोपासली होती. परंतु एखादं जरी उदाहरण असलं तरी ते निश्चितपणे दाखवून देतं की, माणसाचं आंतरिक सामर्थ्य त्याला बाह्य परिस्थितीच्या वर नेऊन ठेवतं. अशी माणसं फक्त छळाच्या छावणीत आढळतात असं नव्हे. जगात सर्वत्र माणसाला आपल्या नशिबाला सामोरं जावं लागतं आणि

वाट्याला आलेल्या दुःखातून काहीतरी साध्य करण्याची संधी मिळते. एखाद्या आजारी व्यक्तीचं नशीब बघा – विशेषकरून असाध्य रोग झालेली व्यक्ती.

एकदा मी एका तरुण अपंग व्यक्तीने लिहिलेलं पत्र वाचलं, ज्यामध्ये त्यांनी त्याच्या मित्राला सांगितलं होतं की त्याला नुकतंच उमगलंय तो फार काळ जगणार नाही, अगदी शस्त्रक्रिया केली तरी त्याचा काही उपयोग होणार नाही. त्याने पुढे लिहिलं होतं की, त्याला एक चित्रपट आठवतोय ज्यामध्ये एक माणूस अत्यंत धैर्याने व ताठ मानेने मृत्यूची वाट पाहतो. त्या तरुणाला वाटत होतं, मृत्यूला अशा प्रकारे सामोरं जाणं म्हणजे महान गोष्ट साध्य करणं होतं. त्याने लिहिलं, आता नशीब त्याला तशी संधी देऊ करत आहे.

छावणीतील ज्या कोणी १९२७ साली प्रदर्शित झालेला, टॉलस्टॉयच्या पुस्तकावर आधारित 'रिसरेक्शन' नावाचा जुना चित्रपट पहिला असेल, त्याच्या मनात असेच विचार आले असतील. इथे महान विधिलिखित असलेल्या महान व्यक्ती होत्या. पूर्वी मात्र आमचं नशीबही महान नव्हतं आणि अशा प्रकारचा महानपणा साध्य करण्याची संधीदेखील नव्हती. चित्रपट पाहून झाल्यावर आम्ही जवळच्या कॅफेमध्ये गेलो आणि चित्रपट पाहताना आम्हाला स्पर्शून गेलेला तो विलक्षण आध्यात्मिक विचार कॉफी व सॅन्डविचच्या नादात विसरून गेलो. परंतु आम्हाला स्वतःला जेव्हा महान विधिलिखिताला सामोरं जावं लागलं व तशाच आध्यात्मिक उदात्ततेने त्याची भेट घेण्याची संधी मिळाली, तोपर्यंत आम्ही खूप वर्षांपूर्वी तरुणाईत केलेला निग्रह विसरून गेलो आणि अपयशी ठरलो.

आमच्यातील काही जणांच्या नशिबात कदाचित तो चित्रपट पुन्हा पाहण्याची किंवा तशा आशयाचा दुसरा चित्रपट पाहण्याचा योग आला, परंतु तेव्हा आमच्या आंतरिक चक्षूसमोर दुसरी काही दृश्ये तरळली; एखादा भावनिक चित्रपट दाखवू शकतो त्यापेक्षा खूप जास्त प्रमाणात ज्या व्यक्तींनी खऱ्याखुऱ्या आयुष्यात साध्य केलंय, अशा व्यक्तींची दृश्ये. काही व्यक्तीच्या आंतरिक उदात्तपणाचे तपशील अगदी स्पष्टपणे आठवतात, उदा. छावणीत मी त्या एका तरुण मुलीचा मृत्यू डोळ्यांसमोर पाहिला तिची गोष्ट. अगदी साधीशी गोष्ट आहे. फारसं काही सांगण्यासारखं नाही. असं वाटू शकेल की ती गोष्ट मी स्वतः रचली आहे; परंतु मला मात्र ती एखाद्या कवितेसारखी वाटते.

कवितेसारखी वाटणारी गोष्ट

ह्या तरुणीला माहीत होतं की तिचा मृत्यू अगदी जवळ आलाय. परंतु

तरीसुद्धा ती माझ्याशी बोलताना उत्साहाने बोलायची. ''नशिबाने माझ्यावर इतका घाला घातला त्याबद्दल मी कृतज्ञ आहे,'' ती मला म्हणाली. ''माझ्या पूर्वायुष्यात मी अगदी वाया गेलेली होती आणि आध्यात्मिक उन्नतीचा कधी गांभीर्याने विचार केला नव्हता.'' खोलीतील खिडकीच्या बाहेर निर्देश करत ती म्हणाली, ''हे समोरचं झाड माझ्या एकाकीपणातील माझा एकमेव साथीदार आहे.'' खिडकीतून तिला चेस्टनट झाडाची फक्त एक फांदी दिसत होती आणि त्या फांदीवर दोन कळ्या उमलल्या होत्या. ''मी बरेचदा ह्या झाडाशी बोलते,'' तिनं मला सांगितलं. मला धक्का बसला आणि तिला कशी प्रतिक्रिया द्यावी हे समजेना. ती भ्रमिष्ट झाली होती. तिला अधूनमधून भास होतात का? असं घाबरतच मी तिला विचारलं की, ''झाड तुला उत्तर देतं का?'' ''हो.'' ''काय देतं?'' ती म्हणाली, ''ते मला सांगतं, मी इथे आहे - मी इथे आहे. मी जीवन आहे, शाश्वत जीवन.''

मी असं विधान मांडलंय की कैद्याच्या आंतरिक स्थितीसाठी बाहेरील उत्तेजना इतकी जबाबदार नाही, जितकी त्याची स्वतःची इच्छा जबाबदार आहे. मानसशास्त्रीय दृष्टिकोनातून कैद्याचं केलेलं निरीक्षण असं दाखवून देतं की ज्या कैद्यांनी आपल्या नैतिक - आध्यात्मिक स्वरूपावरील आंतरिक पकड सैल केली, ते कैदी छावणीतील अधःपतनाला बळी पडले. आता प्रश्न असा उभा राहतो की, ह्या आंतरिक पकडीमध्ये कसला समावेश होऊ शकतो?

कारागृहातलं वास्तव्य

छावणीतील कैदी त्यांचे अनुभव व्यक्त करताना एक गोष्ट मान्य करतात की तेथील सर्वांत जास्त निराशाजनक गोष्ट म्हणजे त्याला किती काळ बंदिवास सहन करावा लागणार याची कल्पना नव्हती. त्याला सुटकेची तारीख दिली गेली नव्हती. (आमच्या छावणीत तर त्याच्याबद्दल बोलणंदेखील निरर्थक होतं. खरंतर तुरुंगवासाचा काळ अनिश्चित तर होताच, परंतु अमर्यादितसुद्धा होता. एका प्रसिद्ध मानसशास्त्रज्ञाने विधान केलंय की छावणीतील जीवनाला तात्पुरतं अस्तित्व म्हणता येईल. आपण ह्या व्याख्येला अशी जोड देऊ शकतो, कालमर्यादा माहीत नसलेलं तात्पुरतं अस्तित्व.

नवीन येणाऱ्या कैद्यांना छावणीतील परिस्थितीची अजिबात कल्पना नसायची. दुसऱ्या छावणीत जाऊन परत आलेल्या कैद्यांना मौन पाळायची सक्ती होती आणि काही छावण्यांतून तर कोणीच परत आलं नव्हतं. छावणीत प्रवेश

केल्यावर माणसांच्या मानसिकतेत बद्दल घडत असे. निश्चिततेचा अंत झाल्यावर स्वतःच्या अंताची अनिश्चितता भेडसावत असे. आपल्या ह्या अस्तित्वाचा अंत होणार की नाही किंवा कधी होणार, याची पूर्वसूचना मिळणं अगदी अशक्य होतं.

'फिनिस' या लॅटिन शब्दाचे दोन अर्थ आहेत; एक म्हणजे अंत किंवा शेवट आणि दुसरा म्हणजे साध्य करण्याचं ध्येय. जो माणूस त्यांच्या तात्पुरत्या अस्तित्वाचा शेवट पाहू शकत नव्हता, त्याला जीवनाचं अंतिम ध्येय बाळगणं शक्य नव्हतं. सामान्य माणसांसारखं भविष्यासाठी जगणं त्याने थांबवलं होतं. त्यामुळे त्यांच्या आंतरिक स्थितीची रचना पूर्णपणे बदलली; कुजण्याच्या खुणा दिसू लागल्या. ज्यांची उदाहरणं आपल्याला इतरत्र अनेकदा आढळतात. बेरोजगार असलेल्या कामगारांची अशीच अवस्था असते. त्याचं अस्तित्वदेखील तात्पुरतं बनलेलं असतं. आणि तोसुद्धा एका अर्थाने भविष्यासाठी जगू शकत नाही किंवा एखादं उद्दिष्ट साध्य होतं. केलेल्या संशोधनातून असं दिसून आलंय की त्यांना एका विशिष्ट प्रकारची वेळेची विकृती असते. आंतरिक काळाची – जी त्यांच्या बेरोजगारपणातून निर्माण होते.

कैद्यांनासुद्धा काळाचा असाच विचित्र अनुभव येतो. छावणीमध्ये काळाचा छोटा भाग म्हणजे उदा. एक दिवस, ज्यामध्ये तासन् तास हालअपेष्टा व श्रम ठासून भरलेले असायचे तो खूप मोठा, दीर्घ वाटायचा. आणि काळाचा थोडा मोठा भाग, उदा. एक आठवडा, खूप लवकर निघून गेला असं वाटायचं. छावणीमध्ये एका आठवड्यापेक्षा एक दिवस मोठा असतो ह्या माझ्या विधानाला माझ्या सोबत्यांनी लगेचच दुजोरा दिला. काळाच्या आमच्या अनुभवामध्ये किती विरोधाभास होता. यासंदर्भात थॉमस मॅनच्या 'द मॅजिक माउंटन' या पुस्तकाची आठवण होते. ज्यामध्ये काही धारदार मानसशास्त्रीय विधानं केली आहेत. छावणीसारखीच मानसिक स्थिती असलेल्या लोकांच्या आध्यात्मिक प्रगतीचा मॅनने आढावा घेतला आहे. उदा. उत्तम हवेच्या ठिकाणी असलेल्या रुग्णालयात दाखल झालेले क्षयाचे रुग्ण – ज्यांना बाहेर पडण्याची तारीख माहीत नाही – तेदेखील तसंच अस्तित्व अनुभवतात. भविष्य नसलेलं. ध्येय नसलेलं.

माझ्यासोबत असलेल्या एका कैद्याने सांगितलं की, छावणीत दाखल होताना स्टेशनपासून छावणीपर्यंतचा रस्ता कैद्यांच्या ताफ्याबरोबर पार करत असताना त्याला असं वाटलं, जणू काही तो स्वतःच्या अंत्ययात्रेमध्ये सामील झाला आहे. आपल्या आयुष्याला आता अजिबात भवितव्य नाही असं त्याला

वाटलं. त्याने समज करून घेतला की जगून झालंय व आपल्या आधीच मृत्यू झालाय. अचेतनपणाची ही जाणीव इतर कारणांमुळे तीव्र होत असे : काळाच्या संदर्भात तुरुंगवासाची मुदत अमर्यादित असणं; स्थळाच्या संदर्भात – तुरुंगातील अरुंद जागा. तारांच्या कुंपणापलीकडचं जग दुरावलं होतं. कधीही पोहोचता न येण्याइतकं आणि अवास्तव. बाहेरील जगातील माणसं व प्रसंग, तेथील सगळं सामान्य जीवन कैद्याच्या दृष्टिकोनातून आभासी होतं. परलोकातून एखाद्या मृत व्यक्तीला जसं भासेल तसं बाहेरील जग कैद्याला दिसत होतं, जे काही थोडंफार दिसत होतं.

भूतकाळाशी संबंध

जो माणूस भविष्यात काहीही उद्दिष्ट न दिसल्याने स्वतःची अधोगती होऊ देतो, तो बरेचदा गतकाळातील विचारांत गढलेला आढळतो. वर्तमान जेव्हा खूप भयंकर असतो, तेव्हा त्याची झळ कमी लागण्यासाठी भूतकाळात रमण्याची प्रवृत्ती असते हे आपण दुसऱ्या एका संदर्भात पाहिलं आहे. परंतु वर्तमानापासून त्याची वस्तुस्थिती हिरावून घेण्यात एक धोका असतो. तो म्हणजे छावणीतील जीवनाचं सकारात्मक काहीतरी करण्याच्या संधीकडे होणारं दुर्लक्ष आणि खरंच अशा संधी अस्तित्वात असतात. आपलं तात्पुरतं अस्तित्व खरं न मानणं हे मोठ्या प्रमाणात कैद्यांची आयुष्यावरील पकड ढिली करण्यासाठी कारणीभूत होतं. सर्वच गोष्टी त्यामुळे अर्थहीन बनल्या. हे लोक विसरले की, अत्यंत बिकट अशी बाहेरील परिस्थितीच माणसाला 'स्व'पलीकडे जाऊन आध्यात्मिक उन्नती करण्याची संधी देते. छावणीतील समस्या ह्या आपल्या आंतरिक सामर्थ्याची कसोटी पाहण्यासाठी आहेत असा विचार न करता त्यांनी त्या आयुष्याला गंभीरपणे घेतलं नाही व त्याचा तिरस्कार केला, त्याला तुच्छ लेखलं. त्यांनी डोळे बंद करून भूतकाळात जगणं पसंत केलं. अशा लोकांचं आयुष्य अर्थहीन बनलं.

उच्च आध्यात्मिक स्तर

अर्थातच फारच थोड्या व्यक्ती आध्यात्मिक उंची गाठण्यासाठी पात्र ठरल्या. परंतु काही मोजक्या मंडळींना मात्र मानवी उदात्तपणा साध्य करण्याची संधी दिली गेली. त्यांच्या वरकरणी दिसणाऱ्या अपयशामधून आणि सामान्य परिस्थितीत त्यांना हे साध्य करणं शक्य झालं नसतं. आमच्यासारखे सामान्य लोक जे नाउमेद झाले होते, त्यांना ऑटो बॉन बिस्मार्क याचं पुढील विधान लागू पडतं. 'आयुष्य

हे डेटिंस्टकडे जाण्यासारखं आहे. तुम्ही विचार करत राहता की सर्वांत वाईट गोष्ट घडायची बाकी आहे व खरंतर ती आधीच घडून गेलेली असते.' याचप्रमाणे छावणीतील बहुतेकांचा अशा समज होता की त्यांच्या आयुष्यातील खरी संधी निघून गेली आहे. आणि वास्तविकपणे छावणीमध्ये संधी होती व आव्हानही होतं. एखादा ह्या अनुभवांचा उपयोग आंतरिक विजयश्री मिळवण्यासाठी करू शकत होता किंवा त्या आव्हानाकडे दुर्लक्ष करून नीरस, जनावरासारखं जिणं जगू शकत होता, जसं बहुतेक कैदी जगत होते.

छावणीमध्ये कैद्यांवर होणारे मानसिक परिणाम मानसशास्त्रीय पद्धतीने हाताळायचे झाले, तर कैद्याला भविष्यातील एखादं उद्दिष्ट दाखवून त्यापासून आंतरिक सामर्थ्य द्यायला लागलं असतं. काही कैद्यांनी अंतःप्रेरणेने स्वतःहून असं उद्दिष्ट शोधण्याचा प्रयत्न केला. माणसाचा विशेष गुणधर्म म्हणजे तो फक्त भविष्याकडे पाहून जगू शकतो. आणि हीच प्रवृत्ती आयुष्यातील सर्वांत बिकट प्रसंगी त्याला तारून नेते, मात्र त्यासाठी त्याला कधी कधी आपल्या मनाला जोर लावावा लागतो.

14

माझा एक वैयक्तिक अनुभव

स्वतः घेतलेला एक अनुभव मला आठवतोय. वेदनेने डोळ्यांत पाणी आलं होतं (फाटलेले बुट घातल्यामुळे माझ्या पायांना भयंकर फोड आले होते.) कैद्यांच्या मोठ्या ताफ्याबरोबर छावणीपासून ते कामाच्या जागेपर्यंतचं अंतर मी लंगडत लंगडत पार करत होतो. बर्फाळ बोचरे वारे वाहत होते. माझ्या दुःखी आयुष्यातील न संपणाऱ्या छोट्या छोट्या समस्यांचा मी विचार करत होतो. आज रात्री खायला काय असेल? जर एक जास्तीचा सॉसेजचा तुकडा मिळाला तर त्याच्या बदल्यात मी ब्रेडचा तुकडा घेऊ का? पंधरा दिवसांपूर्वी बोनस म्हणून मिळालेल्या शेवटच्या सिगरेटच्या बदल्यात मी वाडगाभर सुप मिळवू का? बुट बांधायची लेस म्हणून मी जो तारेचा तुकडा वापरतोय तो बदलायचा झाला, तर नवीन तुकडा कुठे मिळेल? मी कामाच्या ठिकाणी वेळेवर पोहोचेन का? आणि मला माझ्या नेहमीच्या गटामध्ये काम करता येईल का? की दुसरा गट मिळेल जिथला फोरमन क्रूर असेल? कॅपोशी चांगले संबंध राखण्यासाठी मला काय

करता येईल, म्हणजे रोज इतकं लांब चालत दमछाक होण्याऐवजी छावणीच्या आत काम मिळेल. प्रत्येक तासाला, दिवसाला फक्त अशा क्षुल्लक गोष्टींचा विचार करायला भाग पाडणाऱ्या परिस्थितीची मला घृणा वाटली. मी स्वतःच्या विचारांना मग वेगळ्या दिशेला नेण्याचा प्रयत्न केला.

अचानक मी स्वतःला एका हवेशीर, उबदार, प्रशस्त खोलीत मंचावर उभं असलेलं पाहिलं. माझ्यासमोरचा श्रोतृवर्ग आरामशीर खुर्च्यांवर बसून एकाग्रतेने माझं भाषण ऐकत होता. 'छावणीतील मानसिकता' या विषयावर मी बोलत होतो! या क्षणी मला ज्याचं दडपण आहे, चिंता आहे, ते सर्व शास्त्राच्या दूरस्थ दृष्टिकोनातून वस्तुनिष्ठपणे पाहिलं गेलं. त्याचं वर्णन केलं गेलं. अशा प्रकारे मी परिस्थितीवर, वर्तमानातील दुःखावर मात करण्यात यशस्वी झालो आणि ते भूतकाळात घडून गेलंय, त्याचं निरीक्षण करू शकलो. मी व माझ्या समस्या दोन्हीही माझ्या मनोरंजक मानसशास्त्रीय अभ्यासाचा विषय बनल्या. तत्त्वज्ञ बरूज स्पिनोझा आपल्या एथिक्समध्ये काय म्हणतो? ''दुःखद भावना दुःखद राहत नाहीत, जेव्हा आपण त्यांचं अगदी स्पष्ट व तंतोतंत चित्र तयार करतो.''

भविष्यावरील अविश्वास

ज्या कैद्याने भविष्याबद्दल - त्याच्या भविष्याबद्दल आशा गमावली होती, त्याचा नाश निश्चित होता. त्याने भविष्यावरील विश्वास गमावला व त्याचबरोबर आत्मिक पकडसुद्धा गमावली; त्याने स्वतःची अधोगती होऊ दिली आणि स्वतःला शारीरिक व मानसिकरीत्या सडू दिलं. हे अगदी अचानकपणे घडत असे, एखाद्या संकटासारखं आणि अनुभवी छावणीवासीयांना त्याची लक्षणं पटकन ओळखू येत. आम्हाला सर्वांना ह्या क्षणाची भीती वाटे - स्वतःसाठी नव्हे - कारण ती व्यर्थ ठरली असती. परंतु आमच्या मित्रांसाठी बहुधा त्याची सुरुवात कैदी सकाळी कपडे बदलायला किंवा अंघोळ करायला किंवा परेडसाठी ग्राउंडवर जायला नकार देऊन व्हायची. कितीही विनंत्या, मारहाण किंवा धमक्यांचा काही परिणाम व्हायचा नाही. तो कैदी तिथे निपचित पडून राहायचा. त्यांच्या आजारामुळे अशी वेळ त्याच्यावर ओढवली असली तरी, तो रुग्णांच्या खोलीत जायला नकार द्यायचा किंवा कोणतीही मदत नाकारायचा. तो जगण्याची उमेद सोडून द्यायचा. तो स्वतःच्याच मलमूत्रामध्ये पडून राहायचा आणि त्याचा कसलाच फरक पडायचा नाही, त्रास व्हायचा नाही.

भविष्यावरील विश्वास गमावणं आणि हा जगण्याची उमेद सोडून देण्याचा महाभयंकर प्रकार या दोहोंतील नातेसंबंध स्पष्टपणे दाखवून देणारं एक नाट्यमय उदाहरण माझ्याकडे आहे. आमचा वरिष्ठ वॉर्डन जो बऱ्यापैकी प्रख्यात संगीतकार होता, तो एके दिवशी मला म्हणाला, ''डॉक्टर, मला तुला एक गोष्ट सांगायची आहे. मला एक विचित्र स्वप्नं पडलं. एक आवाज मला म्हणाला की, माझी इच्छा पूर्ण होईल, मला जे काही जाणून घ्यायचं आहे ते विचारलं, तर माझ्या सर्व प्रश्नांची उत्तरं मिळतील. तुला काय वाटतं, मी काय विचारलं असेल? मी विचारलं की, हे युद्ध माझ्यासाठी कधी संपेल? तुला कळतंय का डॉक्टर माझ्यासाठी! मला जाणून घ्यायचं होतं आपण, आपली छावणी मुक्त कधी होणार आणि आपल्या दुःखांचा शेवट कधी होणार.''

''आणि हे स्वप्न तुला कधी पडलं?'' मी विचारलं. ''फेब्रुवारी १९४५ मध्ये'' त्याने उत्तर दिलं. तेव्हा मार्च महिना सुरू झाला होता.

''तुझ्या स्वप्नातील आवाजाने काय उत्तर दिलं?''

तो हळूच माझ्या कानात कुजबुजला, ''तीस मार्च.''

जेव्हा त्यानं मला त्याच्या स्वप्नाविषयी सांगितलं, तेव्हा तो खूप आशावादी होता व त्याला खात्री होती की स्वप्नातील आवाज खरं बोलतोय. पण तो दिवस जवळ येऊ लागला आणि युद्धाच्या ज्या बातम्या छावणीमध्ये आमच्या कानावर पडत होत्या, त्यावरून असं दिसत होतं की आमची त्या दिवसापर्यंत सुटका होणं अगदी अशक्यप्राय आहे. एकोणतीस मार्चला अचानक तो सीनियर ब्लॉक वॉर्डन आजारी पडला व तापाने फणफणला. तीस मार्चला म्हणजे भाकितानुसार ज्या दिवशी त्याच्यासाठी युद्ध व दुःख संपणार होतं, त्या दिवशी तो बेशुद्ध झाला. एकतीस मार्चला तो मरण पावला. बाह्य जगासाठी त्याचा मृत्यू टायफसने झाला होता.

ज्यांना माहीत आहे की, माणसाच्या मानसिक स्थितीचा त्याचं धैर्यवान, आशावादी असणं किंवा नसणं आणि त्याच्या शरीरातील रोगप्रतिकारशक्तीचा किती निकटचा संबंध आहे, ते समजू शकतील की अचानक धैर्य व आशा संपली तर त्याचा प्राणघातक परिणाम होऊ शकतो. माझ्या मित्राच्या मृत्यूचं खरं कारण होतं की त्याची मुक्त होण्याची अपेक्षा पूर्ण झाली नाही व तो प्रचंड निराश झाला. त्यामुळे टायफसच्या संसर्गाशी लढा देण्यासाठी त्याची प्रतिकारशक्ती खूप कमी पडली. त्याचा भविष्याप्रति असलेला विश्वास व जगण्याची उमेद खचून गेल्यामुळे

त्याचं शरीर रोगाला बळी पडलं आणि अशा प्रकारे त्याच्या स्वप्नातील आवाजाचं भाकीत खरं ठरलं.

छावणीतील मृत्यूचं प्रमाण

ह्या एका घटनेतील निरीक्षण आणि त्यातून काढलेला निष्कर्ष, आमच्या छावणीतील मुख्य डॉक्टरांनी माझ्या नजरेस जे आणून दिलं, त्याच्याशी अगदी मिळताजुळता आहे. १९४४चा ख्रिसमस व १९४५च्या नवीन वर्षाचा आरंभ यामधील आठवड्यात छावणीतील मृत्यूचं प्रमाण पूर्वीपेक्षा खूप वाढलं. आणि त्यांचं असं मत होतं की, या वाढीचा संबंध कामाच्या ठिकाणी परिस्थिती अजून खालावणं किंवा अन्नाचा कमी पुरवठा किंवा मोसम बदलणं किंवा नवीन साथीचा रोग फैलावणं यांपैकी कशाशीही नव्हता. ते फक्त एवढंच होतं की, बहुतेक कैदी ह्या वेड्या आशेवर जगत होते की ख्रिसमसपर्यंत आपण आपल्या घरी असू. जसजसा तो दिवस जवळ येऊ लागला आणि कोणतीही उत्साहवर्धक बातमी आली नाही, तसतसं कैद्यांचं अवसान गळालं व नैराश्याने त्यांना घेरलं. या गोष्टीचा त्यांच्या प्रतिकारशक्तीवर खूप वाईट परिणाम झाला आणि बऱ्याच कैद्यांनी प्राण गमावला.

आपण आधी म्हटल्याप्रमाणे माणसाची गमावलेली आंतरिक शक्ती पुन्हा मिळवून द्यायची असेल, तर त्याला प्रथम भविष्यातील एखादं उद्दिष्ट दाखविणं आवश्यक आहे. जर्मन तत्त्वज्ञ फ्रेडरिक निट्झे याचे 'ज्याच्याकडे का जगायचं, याचं उत्तर आहे तो सर्वसाधारणपणे काहीही सहन करू शकतो', हे शब्द कैद्याच्या मानसिक स्वास्थ्यासाठी व उपचारांसाठी मोलाचे ठरू शकतात. शक्य असेल तेव्हा, संधी मिळेल तेव्हा - त्यांना कोणी का जगायचं कारण - त्यांच्या आयुष्याचं उद्दिष्ट दिलं तर त्यांना त्यांच्या वास्तवातील भयंकर असं काहीही सहन करण्याची शक्ती मिळते. ज्याला आपल्या आयुष्यात उद्दिष्ट - प्रेरणा - प्रयोजन दिसत नाही, तो दुःखी होतो व त्याला जगत राहण्यात अर्थ वाटत नाही. तो लवकरच हार स्वीकारतो. उमेद देणाऱ्या कोणत्याही विधानाला खोडून काढताना अशा माणसाची प्रतिक्रिया नेहमी ही असायची - आता माझी आयुष्याकडून कोणतीही अपेक्षा राहिली नाही. यावर आपण काय उत्तर देणार?

जीवनाचा अर्थ

खरोखर कशाची आवश्यकता होती तर आमच्या आयुष्याकडे पाहण्याच्या

दृष्टिकोनात आमूलाग्र बदल होण्याची. आपण आयुष्याकडून काय अपेक्षा करतो, ते महत्त्वाचं नाही. परंतु जीवन आपल्याकडून काय अपेक्षा करतं ते खरं महत्त्वाचं आहे, ही गोष्ट आम्हाला स्वतःहून शिकावी लागली आणि निराश झालेल्यांना शिकवावीदेखील लागली. आयुष्याचा अर्थ शोधणं आम्हाला थांबवायला हवं होतं आणि त्याऐवजी दर दिवसाला, दर तासाला आयुष्य आपल्याला सवाल करतंय असा विचार व्हायला हवा होता. आपलं उत्तर बोलण्यातून व ध्यानातून नव्हे, तर योग्य कृतीतून व योग्य वर्तनातून व्यक्त व्हायला हवं. सरतेशेवटी आयुष्य म्हणजे त्यातील समस्यांवर योग्य तोडगा शोधून काढण्याची जबाबदारी घेणं आणि त्याने प्रत्येक व्यक्तीसाठी सतत आखून ठेवलेली कर्तव्यं पार पाडणं.

ही कर्तव्यं, कामगिरी व त्याप्रमाणे आयुष्याचा अर्थ प्रत्येक व्यक्तीनुरूप व प्रत्येक क्षणाला बदलतो. त्यामुळे आयुष्याच्या अर्थाची सर्वसाधारण व्याख्या तयार करणं अशक्य आहे. आयुष्याच्या अर्थासंबंधी विचारलेल्या प्रश्नांची उत्तरं व्यापक विधानांद्वारे देणं शक्य नाही. आयुष्य म्हणजे काहीतरी अस्पष्ट, धूसर नसून काहीतरी खूप वास्तविक व ठोस आहे, जशा आयुष्यातील कामगिरीदेखील अगदी खऱ्याखुऱ्या व ठोस आहेत. त्या कामगिऱ्या माणसाचं नशीब बनतात व प्रत्येकाचं नशीब वेगळं व अद्वितीय असतं. कोणत्याच माणसाची आणि नशिबाची दुसऱ्या एखाद्या माणसाशी व नशिबाशी तुलना होऊ शकत नाही. कोणताच प्रसंग पुन्हा घडत नाही आणि प्रत्येक प्रसंगामध्ये वेगळा प्रतिसाद अपेक्षित असतो. काही वेळा माणूस अशा परिस्थितीत सापडतो की, त्याला कृतींमधून स्वतःचं नशीब स्वतःच साकारावं लागतं. तर इतर काही वेळा संधीचा उपयोग करून चिंतन-मनन करणं व अशा प्रकारे देणगीची जाणीव होणं जास्त फायदेशीर ठरतं. काही वेळा फक्त नशीब स्वीकारणं व दुःख सहन करणं हाच पर्याय माणसाकडे असतो. प्रत्येक परिस्थिती ही अगदी वेगळी असते आणि समोर असलेल्या परिस्थितीने उभ्या केलेल्या समस्येला नेहमीच फक्त एक योग्य तोडगा असतो.

15

नशिबात लिहिलेलं दुःख

जेव्हा माणसाला उमगतं की त्याच्या नशिबात दुःख सहन करणं आहे, तेव्हा त्याने त्या यातनांचा त्याचं कर्तव्य म्हणून स्वीकार करायला पाहिजे; त्याचं एकमेव आणि आगळं-वेगळं कर्तव्य. त्याने ही वस्तुस्थिती मान्य करायला हवी

की, यातना भोगतानादेखील तो अद्वितीय आहे व सर्व जगात एकाकी आहे. दुसरी कोणतीही व्यक्ती त्याची दुःखापासून सुटका करू शकत नाही किंवा त्याच्याऐवजी दुःख भोगू शकत नाही. त्यांच्या दुःखाचा भार तो ज्या प्रकारे वाहतो, त्या पद्धतीत त्याची अद्वितीय संधी दडलेली आहे.

आम्हा कैद्यांसाठी हे विचार म्हणजे फक्त तर्क नव्हते, जे वस्तुस्थितीपासून अगदी भिन्न आहेत. ते फक्त असे विचार होते फक्त, ज्यांची आम्हाला मदत होत होती. जरी छावणीतून जिवंत बाहेर पडण्याची काहीही शक्यता दिसत नव्हती तरी या विचारांनी आम्हाला निराशेपासून दूर ठेवलं. आम्ही फार पूर्वीच जीवनाचा अर्थ शोधणं सोडून दिलं होतं, जीवनाच्या अर्थाचं साधंसरळ नेहमीचं उत्तर होतं – क्रियाशील राहून काहीतरी मोलाचं निर्माण करून आपलं उद्दिष्ट साध्य करणं. परंतु आमच्यासाठी आयुष्याचा अर्थ होता जन्म व मृत्यू यांच्या व्यापक चक्राशी, दुःख–यातनांशी एकरूप होणं.

जेव्हा आम्हाला दुःख सोसण्याचा अर्थ उलगडला, तेव्हा आम्ही छावणीत होणाऱ्या छळाकडे दुर्लक्ष करून किंवा खोटा आभास निर्माण करून किंवा कृत्रिम आशावाद बाळगून, त्याचा प्रभाव कमी करण्याचा प्रयत्न केला नाही. दुःख सहन करणं आमचं कर्तव्य बनलं, ज्यापासून आम्ही कधीच पाठ फिरवली नाही. त्यात दडलेल्या अनेक संधी आम्हाला जाणवल्या होत्या. याच संधीमुळे कवी रेनर मारिया रिल्के लिहितो, 'पार पाडण्यासाठी किती दुःख–यातना आहेत!' जसे इतर म्हणतील काम पार पाडणे, तसे रिल्के म्हणाला दुःख पार पाडणे. आम्हाला पार पाडण्यासाठी दुःखाचा डोंगर होता. म्हणूनच संपूर्ण दुःखाला सामोरं जाणं गरजेचं होतं, दुबळे क्षण व व्यर्थ आसवं कमीत कमी ठेवणं आवश्यक होतं. परंतु अश्रूंमुळे लाज वाटून घ्यायची गरज नव्हती. कारण अश्रू ह्या गोष्टींचे साक्षीदार होते की, माणसाकडे अमाप धैर्य होतं, दुःख सहन करण्याचं धैर्य. मात्र फार थोड्या जणांना हे उमगलं. शरमिंदा होत काहीजण अधूनमधून कबूल करायचे की ते रडले याचं उदाहरण म्हणजे माझ्या एका सोबत्याला मी विचारलं की, 'तुझी सूज कशी बरी झाली?' त्यावर त्याने उत्तर दिलं, 'मी रडून रडून ती माझ्या शरीराबाहेर काढली.'

छावणीमध्ये मानसोपचार सुरू करणं जेव्हा शक्य झालं, तेव्हा ते एकतर वैयक्तिक स्वरूपाचे होते किंवा सामूहिक होते. वैयक्तिक पातळीवर ते बरेचदा जीव वाचविण्याचे प्रयत्न असायचे. बहुधा हे प्रयत्न एखाद्याला आत्महत्येपासून रोखण्यासाठी असायचे. छावणीतील अत्यंत कडक नियमानुसार आत्महत्या करत

असलेल्या व्यक्तीला वाचविण्याची परवानगी नव्हती. उदा. गळफास लावण्याचा प्रयत्न करत असताना फासाची दोरी कापणे, त्यामुळे असे प्रयत्न होण्याआधीच ते रोखणं जास्त महत्त्वाचं होतं.

आत्महत्या होण्याची शक्यता असलेले दोन प्रसंग मला आठवतात. त्या दोघांमध्ये खूपच साम्य होतं. दोन्ही व्यक्तींनी आत्महत्या करण्याचा आपला हेतू बोलून दाखविला होता. दोघांनीही तोच विशिष्ट मुद्दा वापरला होता. आयुष्याकडून त्यांची कसलीच अपेक्षा उरली नव्हती. दोघांनाही फक्त एवढी जाणीव करून देणं आवश्यक होतं की, आयुष्याच्या त्यांच्याकडून अजूनही काही अपेक्षा आहेत; भविष्यातील काहीतरी अपेक्षा बाकी आहेत. आम्हाला उमगलं की एकासाठी त्या अपेक्षा होत्या - त्याचं अपत्य, जे त्याला अत्यंत प्रिय होतं आणि जे दुसऱ्या देशात त्याची वाट पाहत होतं. दुसऱ्या माणसासाठी ती एखादी व्यक्ती नसून एक गोष्ट होती. तो शास्त्रज्ञ होता आणि त्याने अनेक पुस्तकं लिहिली होती, जी पूर्ण करणं अजूनही बाकी होतं. त्याचं हे काम दुसरं कोणीही करू शकणार नव्हतं. जशी प्रेमळ पित्याची जागा इतर कोणी घेऊ शकणार नाही.

अस्तित्वाची जबाबदारी

हा वेगळेपणा व एकमेवाद्वितीयता प्रत्येक व्यक्तीला अद्वितीय बनवतो आणि त्याच्या अस्तित्वाला अर्थ देतो. त्याचा सर्जनशील कामावर व मानवी प्रेमावरसुद्धा प्रभाव पडतो. एखाद्या व्यक्तीची उणीव भरून निघत नसते ह्या गोष्टीची जाणीव झाल्यावर माणसाला स्वतःच्या अस्तित्वाबद्दल व त्याच्या अव्याहतपणाबद्दल असलेली जबाबदारी प्रकर्षाने दिसू लागते.

प्रेमाने वाट पाहणाऱ्या एखाद्या व्यक्तीबाबत किंवा अपूर्ण राहिलेल्या एखाद्या कामाबाबत जेव्हा माणसाला जबाबदारीची जाणीव होते, तेव्हा ती आपल्या आयुष्याचा कधीच त्याग करणार नाही. त्याला त्याच्या अस्तित्वाचं प्रयोजन माहीत असतं आणि त्यामुळे तो अगदी कोणतीही परिस्थिती सहन करायला तयार असतो.

छावणीमध्ये सामूहिक मानसोपचाराच्या फारच थोड्या संधी उपलब्ध होत्या. कोणत्याही शब्दांपेक्षा एखादं सुयोग्य उदाहरण जास्त प्रभावी ठरायचं. एखादा वरिष्ठ वॉर्डन जो छावणीतील अधिकाऱ्यांच्या बाजूचा नसेल, तो आपल्या निःपक्षपातीपणा व प्रोत्साहित करणाऱ्या वागण्यामधून त्याच्या हाताखाली असलेल्या कैद्यांवर

अनेक प्रकारे व्यापक प्रभाव पाडू शकत असे. शब्दांपेक्षा समोरील व्यक्तीच्या वर्तनाचा प्रभाव नेहमीच जास्त असतो. परंतु कधी कधी शब्ददेखील प्रभावी ठरत, विशेषकरून जेव्हा बाह्य परिस्थितीमुळे मनाची ग्रहणशक्ती तीव्र होत असे. मला एक प्रसंग आठवतो, जेव्हा संपूर्ण खोलीतील कैद्यांसाठी मानसोपचार करण्याची गरज भासली, कारण बाहेरील एका विशिष्ट परिस्थितीमुळे त्यांची ग्रहणशक्ती तीव्र झाली होती.

शब्दाचा प्रभाव

तो वाईट दिवस होता. परेडच्या पटांगणावर जाहीर करण्यात आलं होतं की कोणती कृत्यं घातपाती समजण्यात येतील आणि त्या सर्व कृत्यांना फाशीची शिक्षा देण्यात येईल. त्या यादीत पुढील गुन्ह्यांचा समावेश होता. जुन्या पांघरुणाचे छोटे तुकडे फाडणं (पायाच्या घोट्याला आधार देण्यासाठी) आणि अगदी छोट्या चोऱ्या. काही दिवसांपूर्वी एका उपासमार झालेल्या कैद्याने स्वयंपाकखोलीत घुसून थोडे बटाटे चोरले. चोरी झाल्याचं लक्षात आलं आणि काही कैद्यानी चोराला ओळखलं होतं. छावणीतील अधिकाऱ्यांनी जेव्हा ह्या चोरीबद्दल ऐकलं, तेव्हा त्यांनी फर्मान काढलं की अपराध्याला आमच्या हवाली करण्यात यावं नाहीतर सर्व छावणीवासीयांना एका दिवसाचा उपास घडेल. साहजिकच २५०० कैद्यांनी उपासाचा पर्याय निवडला.

ह्या उपासाच्या दिवशी संध्याकाळी आमच्या मातीच्या खोल्यांमध्ये पडून होतो. अगदी हताश मनःस्थितीत. कोणी फारसं बोलत नव्हतं व प्रत्येक शब्द त्रासदायक वाटत होता. आणि एवढं कमी झालं की काय, म्हणून दिवेसुद्धा गेले. आमच्या सहनशक्तीचा अंत झाला. परंतु आमचा वरिष्ठ वॉर्डन खूप समजूतदार माणूस होता. त्या क्षणाला आमच्या मनात जे काही चाललं होतं, ते थोडं सुसह्य करण्याचा तो प्रयत्न करत होता. मागील काही दिवसांत आमचे जे साथीदार मृत्यू पावले, आजारामुळे किंवा आत्महत्या केल्याने, त्यांच्याबद्दल तो बोलला. परंतु तो हेदेखील म्हणाला की, त्या मृत्यूचं खरं कारण होतं, आशा सोडून देणं. त्याचं म्हणणं होतं की एखाद्याला अशी टोकाची स्थिती गाठण्यापासून रोखण्याचा नक्कीच मार्ग असणार आणि त्यानंतर वॉर्डनने माझ्याकडे अंगुलिनिर्देश करून मार्गदर्शन करण्यास सांगितले.

अरे देवा, काही मानसशास्त्रीय स्पष्टीकरण देण्याच्या किंवा उपदेश देण्याच्या,

माझ्या साथीदारांच्या आत्म्याला मलमपट्टी लावण्याच्या मनःस्थितीत मी नव्हतो. मी गारठलो होतो व प्रचंड भुकेलेला होतो, खूप थकलेला होतो व अत्यंत त्रासलेला होतो. परंतु प्रयत्न करणं व ह्या अद्वितीय संधीचा फायदा घेणं मला भाग होतं. प्रोत्साहन देण्याची सर्वांत जास्त गरज आत्ता होती. दिलासा देणाऱ्या अगदी छोट्यातल्या छोट्या गोष्टीपासून मी सुरुवात केली. मी म्हणालो की, युरोपमधील दुसऱ्या महायुद्धाचं हे सहावं वर्ष आहे व तरीही आपली परिस्थिती आपल्या कल्पनेइतकी भयंकर नाही. मी त्यांना सांगितलं की, प्रत्येकाने आजपर्यंत ज्याची उणीव कशानेही भरून काढता येणार नाही अशी कोणती गोष्ट गमावलीय, याचा विचार करा. माझा असा तर्क होता की बऱ्याच जणांसाठी हे नुकसान तितकं जास्त नव्हतं. जो कोणी जिवंत होता, त्याला आशा बाळगण्याचं नक्कीच कारण होतं. आरोग्य, कुटुंब, आनंद, व्यावसायिक कौशल्य, नशीब, समाजातील स्थान ह्या सर्व गोष्टी पुन्हा मिळवणं शक्य आहे. कारण शेवटी आमची हाडं शाबूत होती. आम्ही जे भोगलं होतं, ते भविष्यात आमच्यासाठी मोलाचं ठरण्याची शक्यता होती आणि निट्झेच्या विधानाचा मी दाखला दिला. 'जे मला ठार मारत नाही, ते मला सशक्त बनवतं.'

मग मी भविष्याबद्दल बोललो. मी म्हणालो की, तटस्थपणे पाहिलं तर भविष्यकाळ निराश वाटेल. मी मान्य करतो की आपल्या जगण्याची शक्यता किती कमी आहे हे प्रत्येकाला माहीत आहे. मी पुढे म्हणालो की, सुदैवाने छावणीमध्ये अजून टायफसचा संसर्ग फैलावला नाहीये, तरीही माझ्या अनुमानानुसार माझ्या जगण्याची शक्यता विसामध्ये एक आहे. परंतु तरीदेखील आशा हरवून बसण्याचा आणि हताश होऊन हार मानण्याचा माझा इरादा नाही. कारण भविष्य आपल्यासाठी काय घेऊन येणार आहे, हे कोणालाच ठाऊक नसतं, अगदी पुढच्या क्षणी काय होणार आहे तेसुद्धा. पुढील काही दिवसांत युद्धाच्या बाबतीत काही विशेष घडामोडी होतील अशी अपेक्षा नव्हती. परंतु आमच्या छावणीतील अनुभवांवरून आम्हाला उमगलं होतं की, कशा प्रकारे अगदी अचानक मोठ्या संधी समोर येऊन उभ्या ठाकतात, निदान वैयक्तिक पातळीवर तरी. उदा. अपेक्षा नसताना एखाद्याची बदली अशा ग्रुपमध्ये होते, जिथे बरी परिस्थिती आहे. कारण कैद्यांच्या दृष्टीने ह्याच प्रकारची गोष्ट 'सुदैव' गणली जाते.

मी फक्त भविष्य आणि त्यावर असलेला पडदा याबद्दल बोललो नाही. मी भूतकाळाचादेखील उल्लेख केला; सर्व आनंद कसे वर्तमानातील अंधाराला

उजळून टाकत आहेत, याविषयी बोललो. मी पुन्हा एका कवीचा दाखला दिला. मी खूप उपदेश देतोय असं वाटू नये म्हणून. त्या कवीने लिहिलं होतं, पृथ्वीवरील कोणतीच शक्ती तुम्ही जे अनुभवलंय ते तुमच्यापासून हिरावून घेऊ शकत नाही. आपले अनुभवच नाही तर आपण जे जे केलंय ते आपले सर्व महत्त्वाचे विचार व आपण सोसलेलं सर्व काही जरी भूतकाळात असलं तरी कोठेही हरवलं जात नाही; ते आपल्या अस्तित्वात सामावलेलं असतं. पूर्वीचं अस्तित्व हे वर्तमानातील अस्तित्वाचा भाग असतं... निश्चितच. त्यानंतर मी आयुष्याला अर्थ देण्याच्या अनेक संधींबद्दल बोललो.

मी माझ्या सोबत्यांना म्हणालो (जे निपचित पडून होते, क्वचितच एखादा उसासा ऐकू येत होता) की मानवी जीवन अगदी कोणत्याही परिस्थितीत अर्थहीन नसतं आणि जीवनाच्या अमर्याद अर्थामध्ये दुःख सोसणं व मरण पावणं, उपासमार व मृत्यू यांचा समावेश आहे. खोलीतील काळोखात अत्यंत लक्षपूर्वक माझं बोलणं ऐकणाऱ्या त्या बिचाऱ्या जीवांना मी आमच्या गंभीर परिस्थितीशी सामना देण्याचं आवाहन केलं. त्यांनी आशा सोडून चालणार नाही व त्यांनी धैर्य एकवटून विश्वास ठेवला पाहिजे की आमचा संघर्ष निराशामय असला तरी अर्थपूर्ण व गौरवास्पद आहे. मी पुढे म्हणालो की, कोणीही एखादा मित्र, पत्नी, जिवंत किंवा मृत कोणीतरी व्यक्ती किंवा ईश्वर, कठीण समयी आपल्याला पाहत असेल तर आपण त्याला नाराज करणार नाही अशी त्याची अपेक्षा असेल. त्याचा असा विश्वास असेल की आपण अगदी स्वाभिमानाने – दीनपणे नव्हे – दुःख सोसत आहोत व मृत्यूला सामोरं कसं जावं, याची आपल्याला जाणीव आहे.

आणि सरतेशेवटी मी आमच्या त्यागाबद्दल बोललो, जे प्रत्येकाच्या बाबतीत खरं होतं. त्यागाचं स्वरूप असं होतं की सामान्य जगाच्या, भौतिक यश महत्त्वाचं असलेल्या जगाच्या दृष्टीने तो त्याग निरर्थक वाटू शकतो. परंतु वास्तविकपणे आमच्या त्यागाला अर्थ होता. मी स्पष्टपणे म्हणालो की आपल्यापैकी ज्यांचा धर्मावर विश्वास आहे, ते ही गोष्ट चांगल्या प्रकारे समजू शकतील. मी त्यांना एका सहकाऱ्याबद्दल सांगितलं, ज्याने छावणीमध्ये प्रवेश केल्यावर ईश्वराबरोबर करार केला की त्याच्या दुःख, यातना, मृत्यूच्या बदल्यात त्याच्या प्रिय व्यक्तीला दुःखदायक अंतापासून वाचवलं जावं. ह्या व्यक्तीसाठी दुःख व मृत्यू अर्थपूर्ण होते; त्याच्या त्यागाला खोल महत्त्व प्राप्त झालं होतं. त्याला नाहक स्वतःचा मृत्यू होऊ द्यायचा नव्हता. आम्हाला कोणालाच तसा मृत्यू नको होता.

माझ्या शब्दांचं उद्दिष्ट होतं आमच्या आयुष्यातील संपूर्ण अर्थाचा शोध घेणं, तिथल्या तिथे, त्या खोलीमध्ये व अगदी निराशामय परिस्थितीत. मला दिसलं की माझे प्रयत्न यशस्वी झालेत. जेव्हा दिवे पुन्हा लागले, तेव्हा डोळ्यांत अश्रू असलेल्या माझ्या मित्रांच्या दीनवाण्या आकृत्या लंगडत माझ्याकडे आभार मानायला येत असलेल्या मला दिसल्या. परंतु इथे मला एक कबुलीजबाब द्यायचा आहे की, अगदी दुर्मीळ प्रसंगी माझ्याकडे यातना भोगणाऱ्या माझ्या सोबत्यांशी संवाद साधण्याची आंतरिक शक्ती होती आणि मी याआधी अशा अनेक संधी गमावल्या असणार.

16

निर्दयी पहारेकरी

कैद्याच्या मानसिक प्रतिक्रियेच्या तिसऱ्या टप्प्यावर आता आपण येऊन पोहोचलो आहोत. कैद्यांची मुक्तता झाल्यानंतरची मानसिक अवस्था. परंतु त्याआधी मानसोपचार तज्ज्ञांना नेहमीच विचारला जाणारा एक प्रश्न ध्यानात घेऊया, विशेषकरून जेव्हा तज्ज्ञाला याबाबतीत वैयक्तिक अनुभव असतो : छावणीतील पहारेकऱ्यांच्या मानसिक जडणघडणीबद्दल तुम्ही काय सांगू शकाल? हाडामांसाची माणसं दुसऱ्या माणसांशी अशा प्रकारे वागणं शक्य आहे का? एकदा का या गोष्टींचं वर्णन ऐकलं व या गोष्टी खरंच घडल्या यावर विश्वास बसला, की एखाद्याला साहजिकपणे प्रश्न पडतो - मानसशास्त्राच्या दृष्टिकोनातून या गोष्टी कशा घडू शकल्या? फार तपशिलात न शिरता या प्रश्नाचं उत्तर द्यायचं तर पुढील काही गोष्टी ध्यानात घ्यायला हव्यात :

सर्वप्रथम पहारेकऱ्यांपैकी काहीजण दुसऱ्यांच्या दुःखात, अपमानात आनंद मिळवणारे होते.

दुसरं म्हणजे जेव्हा पहारेकऱ्यांकडून अत्यंत टोकाची अलिप्तता अपेक्षित असे, तेव्हा हमखास अशा स्वभावाच्या व्यक्तीची निवड केली जाई.

आमच्या कामाच्या ठिकाणी दोन तास बर्फात काम केल्यावर आम्हाला छोट्याशा शेगडीसमोर (जी पेटवायला पालापाचोळा, लाकडाचे तुकडे वापरले जात) काही क्षण उभं राहून ऊब मिळविण्याची मुभा होती. आम्हाला हे करताना खूप आनंद मिळत असे. परंतु एखादा फोरमन असा असायचा, की त्याला आमचं

हे सुख हिरावून घेण्यात प्रचंड समाधान लाभत असे. त्यांच्या चेहऱ्यावर तो आनंद स्पष्टपणे झळकत असे, जेव्हा ते आम्हाला शेगडीसमोर उभं राहायला मनाई करत किंवा शेगडी उलटवून टाकी किंवा उबदार ज्वाला विझवून टाकत. जेव्हा सैनिकांना एखादा कैदी आवडत नसे, तेव्हा त्या दुर्दैवी जीवाला अशा पहारेकऱ्यांकडे सुपूर्द करण्यात येई, ज्याला अशा विकृत छळामधून प्रचंड आनंद मिळतो व जो असे छळ करण्यात निष्णात आहे.

तिसरं म्हणजे बहुतेक पहारेकऱ्यांच्या भावना मेल्या होत्या. वर्षानुवर्षं छावणीमधील क्रूर, महाभयंकर पद्धती पाहून, ज्याचं प्रमाण दिवसेंदिवस वाढतच जात होतं, अशी कठोर माणसं विकृत छळाच्या प्रकारामध्ये सक्रिय भाग घेत नसत. परंतु ते इतरांना असा छळ करण्यापासून रोखतदेखील नसत.

चौथं म्हणजे याचा उल्लेख करायला हवा की, पहारेकऱ्यांमध्ये काहीजणांना आमच्याबद्दल सहानुभूती वाटत असे. ज्या छावणीमधून शेवटी माझी मुक्तता झाली, तेथील कमांडरचा उल्लेख मला करायचा आहे. सुटका झाल्यावर आम्हाला कळलं आधी फक्त छावणीतील डॉक्टरला जो स्वतः कैदी होता, त्याला हे माहीत होतं की ह्या कमांडरने स्वतःच्या खिशातून बरीच मोठी रक्कम कैद्यांसाठी जवळच्या गावातील बाजारातून औषधे आणण्यासाठी खर्च केली आहे. याउलट छावणीतील वरिष्ठ वॉर्डन जो स्वतः कैदी होता, तो नाझी सैनिकांपेक्षा खूप कठोर होता. तो कैद्यांना मारहाण करण्याची एकही संधी गमावत नसे, तर छावणीच्या कमांडरने माझ्या माहितीप्रमाणे आमच्यापैकी कोणावर कधीही हात उचलला नाही.

ह्या नाझी कमांडरविषयी त्याच्या ज्यू कैद्यांचं काय मत होतं, ते एका हृदयस्पर्शी प्रसंगातून दिसून येतं. युद्धाच्या अखेरीस जेव्हा अमेरिकन सैन्यांनी आमच्या छावणीतील कैद्यांची सुटका केली, तेव्हा तीन तरुण हंगेरीयन कैद्यांनी, ह्या कमांडरला बेव्हेरीअन जंगलामध्ये लपवून ठेवलं. मग ते अमेरिकन सैन्यप्रमुखाकडे गेले, जो ह्या नाझी कमांडरला पकडण्यासाठी अत्यंत उत्सुक होता. त्या तरुणांनी सांगितलं की, ते त्या नाझी कमांडरचा पत्ता सांगतील, परंतु त्यांच्या काही अटी आहेत. अमेरिकन कमांडरने वचन द्यायला हवं की ह्या माणसाला कसलीही इजा होणार नाही. विचारांती अमेरिकन कमांडरने अट मान्य केली. त्याने दिलेलं वचनच फक्त पाळलं नाही, तर नाझी कमांडरचा गमावलेला अधिकार त्याला परत मिळवून दिला, त्याला आजूबाजूच्या बेव्हेरिअन गावांमधून कपडे जमा

करून आम्हाला ते वाटण्याचं काम देण्यात आलं. आम्ही तेव्हासुद्धा ऑस्विट्झ छावणीमधील आमच्या अशा दुर्दैवी सोबत्यांचे कपडे घालत होतो, ज्यांना रेल्वे स्थानकात शिरल्यावर लगेचच गॅस चेंबरमध्ये पाठविण्यात आलं होतं.

हे स्पष्ट आहे की एखादी व्यक्ती छावणीत पहारेकरी आहे की कैदी आहे, ही गोष्ट आपल्याला फार काही सांगत नाही. दयाळूपणा कोठेही दिसू शकतो. जरी ती व्यक्ती अशा गटाचा भाग आहे, ज्याचा निषेध केला जातो. गटांमधील सीमारेषा एकमेकांत मिसळल्या जातात. आणि आपण गोष्टी इतक्या सोप्या करायला नकोत की ही माणसं देव आहेत आणि ही दानव आहेत. छावणीतील प्रभावाच्या विरुद्ध जाऊन एखाद्या पहारेकरी किंवा फोरमनचं कैद्यांशी दयाभावाने वागणं खरोखरच गौरवास्पद होतं आणि याउलट एखाद्या कैद्याचं आपल्या सोबत्यांशी नीचपणानं वागणं अत्यंत तिरस्करणीय होतं.

साहजिकच ह्या अशा व्यक्तीचं अनुचित वागणं कैद्यांना जास्त दुःखदायक वाटत असे आणि एखाद्या पहारेकऱ्यानी दाखवलेली छोटीशी सहानुभूती त्यांच्या हृदयाला खोलवर भिडत असे. मला आठवतंय, एका फोरमनने एकदा मला कसा ब्रेडचा तुकडा लपवून दिला, जो त्याने त्याच्या नाश्त्यामधून राखून ठेवला असणार. तो ब्रेडचा छोटा तुकडा माझ्यासाठी खूप मोलाचा होता. इतका की माझे डोळे त्या वेळी भरून आले. त्या ब्रेडच्या तुकड्याबरोबर त्याने मला मानवी भावनांचा स्पर्श असलेलं असं काहीतरीसुद्धा देऊ केलं होतं - त्याचे शब्द. त्याच्या डोळ्यांतील भाव त्याने भेटवस्तूसोबत दिले होते.

यावरून आपल्या लक्षात आलं असेल की ह्या जगात माणसाच्या दोन जाती आहेत, फक्त दोन जाती. सुसंस्कृत माणसाची जात व असंस्कृत माणसाची जात. दोन्ही जाती सर्वत्र आढळतात, समाजातील सर्व थरांना त्या भेदून जातात. कोणत्याच थरात फक्त सुसंस्कृत किंवा फक्त असंस्कृत माणसं नसतात. म्हणजेच कोणतीही जमात शुद्ध नसते आणि म्हणूनच छावणीतील पहारेकऱ्यांमध्ये एखादा सुसंस्कृत माणूस अधूनमधून सापडायचा.

छावणीमधील जीवनामुळे मानवी आत्मा खोलवर उघडा पडला व अंतरंगाचं दर्शन झालं. आश्चर्य म्हणजे खोलवर आम्हाला पुन्हा फक्त मानवी गुण दिसले, जे स्वभावतःच चांगलं व वाईट यांचं मिश्रण असतं. चांगलं व वाईट यांमधील जी फूट आहे, ती सर्व मानवांमधून जाऊन पार तळाला पोहोचते आणि छावणीमध्ये उघड्या पडलेल्या विवराच्या तळामध्येसुद्धा स्पष्ट दिसते.

मुक्ततेनंतरचे अनुभव

आणि आता छावणीमधील मानसशास्त्राचं शेवटचं प्रकरण, ज्या कैद्याची मुक्तता झाली आहे, त्याची मानसिकता. मुक्ततेचा अनुभव जो साहजिकच वैयक्तिक आहे. त्याचं वर्णन करताना आपण मागे उल्लेख केलेला एक प्रसंग पुन्हा ध्यानात घेऊ या. त्या सकाळी जेव्हा अनेक दिवसांच्या तणावानंतर छावणीच्या दरवाजांवर पांढरा ध्वज फडकवण्यात आला. त्या चिंतातुर अवस्थेनंतर संपूर्ण स्वस्थता लाभली. परंतु असं समजणंही चुकीचं आहे की, आम्ही आनंदाने बेभान झालो. मग नक्की घडलं तरी काय?

थकलेल्या पावलांनी आम्ही कैद्यांनी स्वतःला छावणीच्या दरवाजापाशी रेटलं. घाबरून आम्ही आजूबाजूला न्याहाळत होतो व प्रश्नार्थक मुद्रेने एकमेकांकडे पाहत होतो. त्यानंतर आम्ही छावणीबाहेर काही पावलं जाण्याचं धाडस दाखवलं. या वेळी आम्हाला कोणताच आदेश देण्यात आला नाही किंवा लाठीचा मार चुकविण्यासाठी आम्हाला धडपड करावी लागली नाही. अजिबात नाही! या वेळी पहारेकऱ्यांनी आम्हाला सिगरेट देऊ केल्या! आम्ही तर सुरुवातीला त्यांना ओळखलंच नाही; त्यांनी गणवेश बदलून घाईघाईने साधे कपडे घातले होते. आम्ही छावणीबाहेरच्या रस्त्यावरून हळूहळू चालत होतो. लवकरच आमचे पाय दुखायला लागले व त्राण गेल्यासारखं वाटू लागलं. तरीही आम्ही लंगडत लंगडत पुढे जात राहिलो; आम्हाला छावणीच्या आजूबाजूचा परिसर पाहायचा होता.

प्रथमच, मुक्त माणसांच्या नजरेतून स्वातंत्र्य... आम्ही स्वतःशीच पुन्हा पुन्हा म्हणत राहिलो आणि तरीही त्याचा अर्थ आम्हाला उमगत नव्हता. गेली अनेक वर्षे हा शब्द आम्ही इतके वेळा उच्चारला होता, त्याची स्वप्नं बघितली होती की, त्या शब्दाला काही अर्थच उरला नव्हता. त्या शब्दाची वस्तुस्थिती आमच्या जाणिवेत उतरली नव्हती, स्वातंत्र्य आता आमचं आहे या वास्तवाचं आम्हाला आकलन होतं नव्हतं.

आम्ही फुलांनी बहरलेल्या कुरणापाशी आलो. फुलं पाहून आमच्या लक्षात आलं की आपल्याला काहीच वाटत नाही आहे. आनंदाचा पहिला क्षण आला जेव्हा आम्ही रंगीबेरंगी पिसं असलेला कोंबडा बघितला. परंतु तो आनंद फक्त क्षणिक होता; अजूनही आम्ही ह्या जगाचे झालो नव्हतो.

संध्याकाळी जेव्हा आम्ही पुन्हा आमच्या खोलीत भेटलो, तेव्हा एकजण

हळूच दुसऱ्याला विचारत होता, सांग मला, आज तुला आनंद झाला का? आणि दुसऱ्याने शरम वाटून उत्तर दिलं - कारण त्याला माहीत नव्हतं की, आम्हा सर्वांनासुद्धा तसंच वाटत आहे - खरंतर नाही! अक्षरशः आम्ही आनंद अनुभवण्याची कुवत गमावून बसलो होतो आणि आम्हाला ती हळूहळू शिकावी लागली.

मुक्त झालेल्या कैद्यांच्या बाबतीत जे घडतं, त्याला मानसशास्त्रीय भाषेत डिपर्सनलायझेशन म्हणता येईल. सगळं काही एखाद्या स्वप्नाप्रमाणे अवास्तव, असंभवनीय वाटत होतं. हे खरं आहे यावर आमचा विश्वास बसत नव्हता. गेल्या काही वर्षांत कितीतरी वेळा स्वप्नांमुळे आमची फसवणूक झाली होती. आम्ही स्वप्न बघितलं होतं की स्वातंत्र्याचा दिवस आला होता, आम्हाला मुक्त करण्यात आलं होतं, आम्ही घरी परतलो होतो. मित्रांना भेटलो, पत्नीला आलिंगन दिलं, टेबलपाशी बसलो व आम्हाला जे जे काही सहन करायला लागलं होतं, त्याबद्दल बोलू लागलो. अगदी हेसुद्धा की, कशी आम्ही आमच्या मुक्ततेची स्वप्नं अनेक वेळा पाहत होतो.

आणि मग आम्हाला एका कर्कश शिट्टीचा आवाज आला. आम्हाला झोपेतून उठण्याचा इशारा करणारी शिट्टी आणि आमचं स्वातंत्र्याचं स्वप्न संपुष्टात आलं. आणि आता ते स्वप्न खरं होत होतं. परंतु खरोखरच आमचा त्यावर विश्वास बसू शकत होता का?

शरीराला मनापेक्षा कमी प्रतिबंध असतात. पहिल्या क्षणापासून शरीराने ह्या नवीन स्वातंत्र्याचा उपभोग घ्यायला सुरुवात केली. ते तासन् तास अगदी मध्यरात्रीपर्यंत अधाशीपणे जेऊ लागलं. एखादा किती अन्न खाऊ शकतो, ही आश्चर्याची बाब आहे. आणि जेव्हा एखाद्याला जिव्हाळ्याच्या मित्राकडे जेवणाचं आमंत्रण असे, तेव्हा तो खात सुटे व मग त्यावर कॉफी, ज्यामुळे त्याचं जिभेवरचं नियंत्रण सुटून तो पुढचे काही तास बोलत राही. इतकी वर्षे त्याच्या मनावर जो प्रचंड ताण होता, तो शेवटी मोकळा झाला होता. त्याचं बोलणं ऐकून एखाद्याला असं वाटू शकेल की त्याने बोलायलाच हवं, त्याची बोलण्याची ऊर्मी इतकी प्रबळ होती.

मला अशी माणसं माहीत आहेत, जी फक्त थोड्या काळाकरिता प्रचंड तणावाखाली होती. (उदा. गेस्टापोंनी केलेल्या उलटतपासणीसाठी) व ज्यांनी

अशाच प्रकारच्या प्रतिक्रिया दिल्यात. अनेक दिवस सरले आणि आमची फक्त जीभच नव्हे तर आतील काहीतरीसुद्धा शिथिल झालं; मग ज्या बेड्यांनी भावनांना जखडून ठेवलं होतं, त्या गळून पडल्या व भावना मुक्त झाल्या.

देवाचे आभार

आम्हाला मुक्त केल्यानंतर काही दिवसांनी मी छावणीजवळील बाजाराच्या गावी जात होतो. वाटेत मला मैलोन् मैल पसरलेली फुलांची कुरणं लागली. चंडोल पक्षी आकाशात विहार करत होते व मला त्यांचं गोड गाणं ऐकू येत होतं. आजूबाजूला माणसांचं नामोनिशाण नव्हतं; फक्त विस्तृत धरणी होती व आकाश आणि चंडोल पक्ष्यांचा आनंदोत्सव होता व स्थळाचं स्वातंत्र्य होतं. मी तिथेच थांबलो, आजूबाजूला पाहिलं. अगदी आकाशापर्यंत, आणि मग कृतज्ञतेने गुडघ्यावर बसलो. त्या क्षणी मी स्वतःला ओळखत नव्हतो की जगाला. माझ्या मनात फक्त एकच वाक्य घोळत राहिलं. पुन्हा पुन्हा तेच. 'माझ्या संकुचित अशा तुरुंगातून मी ईश्वराला आळवलं आणि त्याने स्वतंत्र अशा या स्थळी मला प्रतिसाद दिला.'

किती वेळ मी तशा अवस्थेत होतो व ते वाक्य पुन्हा पुन्हा उच्चारत होतो, याचं मला भान राहिलं नाही. परंतु मला हे निश्चित माहीत आहे की, त्या दिवशी, त्या क्षणाला माझं नवीन आयुष्य सुरू झालं. हळूहळू मी प्रगती केली आणि पुन्हा एकदा माणूस बनलो.

छावणीमधील शेवटच्या काही दिवसांतील प्रचंड मानसिक ताणामधून पुढे जाणाऱ्या मार्गात (मानसिक युद्धाकडून मानसिक शांतीकडे) नक्कीच अनेक अडथळे होते. मुक्त झालेल्या कैद्याला नंतर आत्मिक देखभालीची गरज नाही असं समजणं चुकीचं आहे. आपल्याला हे ध्यानात घ्यायला हवं की, जी व्यक्ती इतका दीर्घ काळ प्रचंड मानसिक ताणाखाली होती, ती मुक्त झाल्यावर साहजिकच काही धोका उत्पन्न होण्याची शक्यता आहे. खासकरून तो ताण अगदी अचानक मोकळा झाल्यामुळे हा धोका (मानसशास्त्रीय आरोग्याच्या दृष्टीने) बेन्डस् या शारीरिक आजारासारखाच आहे. ज्याप्रमाणे पाणबुड्या आपली कामाची जागा अचानक सोडून बाहेर आला, तर त्याला जो शारीरिक धोका संभावतो. (कारण तो वातावरणाच्या प्रचंड दाबाखाली काम करत असतो.) त्याचप्रमाणे जो माणूस मानसिक ताणामधून अचानक मुक्त झाला आहे, त्याला नैतिक व आत्मिक आरोग्याच्याबाबतीत हानी पोहोचण्याची शक्यता आहे.

17

क्रूरतेची वागणूक

मानसिकतेच्या ह्या टप्प्यावर दिसून येतं की अपरिपक्व स्वभाव असलेल्या व्यक्ती छावणीच्या आयुष्यातील क्रूरपणाच्या प्रभावापासून स्वतःचा बचाव करू शकत नाही. आता मुक्त झाल्यावर त्यांना वाटलं की, त्यांनी त्याचं स्वातंत्र्य निर्दयीपणे वापरायला हरकत नाही. त्यांच्यासाठी फक्त एकच गोष्ट बदलली होती. ती म्हणजे आता ते अत्याचार सहन करणारे नसून अत्याचार करणारे बनले होते. ज्यांच्यावर अन्याय, जबरदस्ती होतेय असे ते नसून चिथावणी देणारे बनले. स्वतःला आलेल्या भयंकर अनुभवांद्वारे ते आपल्या वर्तनाचं समर्थन करू लागले. अनेकदा क्षुल्लक प्रसंगातून हे उघड होत असे.

मी व माझा मित्र कुरणातून चालत होतो व अचानक आम्हाला एक हिरवंगार शेत लागलं. मी आपोआप बाजूला सरलो परंतु त्याने माझा दंड ओढत शेत तुडवत मला पुढे नेलं. कोवळं शेत पायदळी तुडवताना मी कुरकुरलो. तेव्हा तो खूप वैतागला व रागीट नजरेने मला ओरडून म्हणाला, ''तू गप्प बस! आपल्याकडून किती गोष्टी हिरावून घेतल्या आहेत? माझ्या पत्नीला व मुलाला गॅसचेंबरमध्ये मारण्यात आलं. इतर गोष्टी तर सोडूनच दे आणि तू मला ओटस्‌ची काही रोप तुडवायला मनाई करतोस!''

अगदी हळूहळू अशा माणसांना पुन्हा ह्या साध्याशा सत्याप्रत आणता आलं पाहिजे की चुकीची गोष्ट करण्याचा कोणालाही अधिकार नाही. अगदी त्यांच्यावर कितीही अन्याय झाला असला तरीही त्यांना ह्या सत्याप्रत पुन्हा आणण्यासाठी आम्हाला खूप प्रयत्न करावे लागले. परंतु तसं न केल्याचे परिणाम भयंकर होते, ओटस्‌ची हजारो रोपं उद्ध्वस्त होण्यापेक्षाही जास्त भयंकर. मला अजूनही तो कैदी आठवतोय, शर्टच्या बाह्या वर करून उजव्या हाताची मूठ माझ्या नाकाखाली दाबत जो ओरडला, ज्या दिवशी घरी जाईन, त्या दिवशी जर मी माझे हात रक्ताने माखले नाहीत तर ते हात छाटून टाकीन! मला इथे स्पष्ट करायचं आहे की हे शब्द उच्चारणारा माणूस काही वाईट नव्हता. छावणीतील तो माझा सर्वांत जवळचा मित्र होता. मानसिक ताणातून अचानक मुक्त झाल्यामुळे नैतिक विकृती येते. परंतु त्याचबरोबर अजून दोन महत्त्वाचे अनुभव होते, जे मुक्त झालेल्या कैद्याच्या व्यक्तिमत्त्वाला अपाय करतात, जेव्हा ते आपलं पूर्वायुष्य पुन्हा सुरू करतात. ते

म्हणजे कटुता व भ्रमनिरास.

कटुता आणि भ्रमनिरास

पूर्वीच्या गावी परतल्यावर त्याला ज्या काही गोष्टींना सामोरं जावं लागतं, त्यामुळे कटुता उत्पन्न होते. परत आल्यावर जेव्हा त्याला दिसतं की अनेक ठिकाणी त्याचं अलिप्तपणे स्वागत होतंय, जुजबी विचारपूस केली जातेय, तेव्हा कटुतेची भावना निर्माण होते. तो स्वतःला विचारू लागतो, त्यांनी इतकं कशासाठी भोगलं? जेव्हा सगळीकडून त्याला तेच वापरून बोथट झालेले शब्द ऐकावे लागतात. 'आम्हाला माहीत नव्हतं असं घडलं व आम्हीसुद्धा खूप भोगलं,' तेव्हा तो स्वतःला विचारतो, त्यांना माझ्याशी बोलायला अजून चांगले शब्द मिळाले नाही का?

भ्रमनिरासाचा अनुभव वेगळा आहे. इथे दुसरी व्यक्ती नव्हे (जिचा उथळपणा व अलिप्तपणा इतका घृणास्पद होता की एखाद्याला बिळामध्ये अदृश्य व्हा-वंसं वाटतं आणि कोणालाच भेटू नये असं वाटतं) तर दैव इतकं क्रूर आहे असं वाटतं. अनेक वर्षे एखाद्याने विचार केला की आपण मानवी दुःख-वेदना भोगण्याची अगदी परिसीमा गाठली आहे. आणि त्याच्या आता लक्षात येतं की दुःख भोगण्याला काही मर्यादा नाही व अजूनही दुःख भोगायचं बाकी आहे, अजून जास्त तीव्रपणे.

छावणीतील कैद्याला मानसिक उभारी देण्याबद्दल आपण जे बोललो, तेव्हा हे पाहिलं की त्याला भविष्यात अशी गोष्ट दाखवायला हवी, ज्याची तो आतुरतेने वाट पाहील. त्याला आठवण करून द्यायला हवी की पुढे चांगलं आयुष्य त्याची वाट पाहत आहे, एखादी व्यक्ती तो परत येण्याची वाट पाहत आहे, परंतु मुक्तता झाल्यानंतर काय? काही माणसांच्या ध्यानात आलं की कोणीही त्यांची वाट पाहत नाही.

एखाद्याला किती दुःख झालं असेल, जेव्हा त्याला उमगलं की ज्या आठवणींनी त्याला छावणीमध्ये असताना बळ दिलं, त्या आता अस्तित्वातच नाहीत. आणि अशा व्यक्तीला किती दुःख होईल - ज्याचं स्वप्न खरं होण्याचा दिवस आला तेव्हा तो त्याच्या अपेक्षेहून खूप वेगळा होता! कदाचित तो गाडी पकडून प्रवास करून घरी गेला असेल, ज्याचं चित्र त्याने वर्षानुवर्षं मनात रंगवलं होतं, फक्त स्वतःच्या मनात आणि त्याने बेल वाजवली, जशी स्वप्नामध्ये हजारो

वेळा वाजवली होती; परंतु त्याला उमगतं की ज्या व्यक्तीने दार उघडायला हवं, ती व्यक्ती नाहीये व कधीच असणार नाही.

छावणीमध्ये आम्ही एकमेकांना म्हणायचो की, जगात असा कोणताच आनंद नाही जो आपण भोगलेल्या यातनांची भरपाई करू शकेल. आम्ही आनंदाची आशा बाळगत नव्हतो. आनंद काही आम्हाला सामर्थ्य देत नव्हता, आमच्या यातना, आमचे त्याग, आमचा मृत्यू यांना अर्थ देत नव्हता. आणि तरीही अजून दुःखाला सामोरं जाण्याची आमची तयारी नव्हती. ज्या काही कैद्यांच्या बाबतीत हा भ्रमनिरास वाढून ठेवला होता, त्यांना हा अनुभव पचवणं खूप जड गेलं आणि एखाद्या मानसोपचार तज्ज्ञालाही त्यांना ह्यावर मात करण्यासाठी मदत करणं खूप कठीण झालं. परंतु यातून त्याने निराश होऊ नये; उलट यातून प्रेरणा मिळवावी.

छळछावणीतील अनुभव : एक दुःस्वप्न

मुक्त झालेल्या प्रत्येक कैद्याच्या जीवनात असा एक दिवस येतो, जेव्हा तो छावणीतील त्याच्या अनुभवांकडे मागे वळून पाहतो आणि त्याने इतकं सहन कसं केलं, हेच त्याला समजत नाही. छावणीतून मुक्त होण्याचा दिवस अखेरीस जसा आला, जेव्हा सर्व गोष्टी त्याला एखाद्या सुंदर स्वप्नाप्रमाणे वाटल्या, त्याचप्रमाणे असाही दिवस आला, जेव्हा छावणीतील त्याचे सर्व अनुभव त्याला एखाद्या दुःस्वप्नासारखे वाटले.

घरी परतलेल्या माणसासाठी अनुभवाचं सर्वोच्च शिखर म्हणजे ही विलक्षण भावना की, इतकं सारं सोसल्यानंतर आता त्याला कशाचीही भीती वाटण्याची गरज नाही – त्याच्या ईश्वराखेरीज.

लोगोथेरेपी : संक्षिप्त स्वरुपात

18

माझी छोटीशी आत्मचरित्रात्मक गोष्ट वाचणारे वाचक बहुधा मला माझ्या उपचारांच्या तत्त्वप्रणालीचं संपूर्ण व सविस्तर स्पष्टीकरण देण्याचा आग्रह करतात. त्यानुरूप मी या पुस्तकाच्या मूळ आवृत्तीमध्ये लोगोथेरपीबद्दल एक छोटं प्रकरण समाविष्ट केलं. परंतु ते पुरेसं झालं नाही आणि विस्तृत माहिती देण्याविषयी विनंत्यांची रीघ लागली. म्हणूनच ह्या आवृत्तीसाठी मी ते प्रकरण पुन्हा लिहिले आणि माझी माहिती व्यापक बनवली.

हे काम तितकं सोपं नव्हतं. ज्या लिखाणाला जर्मन भाषेत बारा खंड लागले, ते वाचकांसाठी इतक्या छोट्या जागेत बसवणं अगदी अशक्यप्राय काम होतं. मला एका अमेरिकन डॉक्टरची आठवण होतेय, ज्याने व्हिएन्नामधील माझ्या ऑफिसमध्ये येऊन मला विचारले, ''आता तुम्ही मनोविश्लेषण तज्ज्ञ आहात का?'' ज्यावर मी उत्तर दिलं, ''अगदी तसं नव्हे, पण मानसोपचार तज्ज्ञ म्हणता येईल.'' त्याने पुढचा प्रश्न केला, ''तुम्ही कोणत्या विचारप्रणालींचा पुरस्कार करता?'' मी उत्तर दिलं, ''ती माझी स्वत:ची तत्त्वप्रणाली आहे, त्याला 'लोगोथेरपी' म्हणतात.'' ''लोगोथेरपी म्हणजे नक्की काय, ते तुम्ही मला एका वाक्यात सांगू शकाल?'' त्याने विचारले. ''निदान मनोविश्लेषण व लोगोथेरपी यांतील फरक सांगू शकाल?'' मी 'हो' म्हणालो परंतु प्रथम मनोविश्लेषणाचा गाभा काय आहे ते तुम्ही मला एका वाक्यात सांगू शकाल का? त्याचं उत्तर होतं : ''मनोविश्लेषण करताना पेशंटने कोचावर आडवं पडून तुम्हाला अशा गोष्टी सांगायला हव्यात ज्या कधीकधी सांगायला खूपच अप्रिय वाटतील.'' त्याच्या विधानात थोडीशी सुधारणा करून मी म्हणालो : ''आता या लोगोथेरपीमध्ये पेशंट उभा असला तरी हरकत नाही, परंतु त्याने अशा गोष्टी ऐकायला हव्यात, ज्या कधीकधी ऐकायला खूप अप्रिय वाटतील.''

'लोगोथेरपीच्या मूलभूत संकल्पना' (बेसिक कन्सेप्ट ऑफ लोगोथेरपी) या रूपात हा खंड 'मॅन्स सर्च फॉर मिनिंग' (१९६२) या माझ्या पुस्तकात पहिल्यांदा प्रकाशित झाला. हे त्याचेच संक्षिप्त रूप आहे. याची विस्तृत माहिती बेकन प्रेसच्या पेपरबॅक आवृत्तीत आणि 'मॅन्स सर्च फॉर मिनिंग'च्या विशेष आवृत्तीत समाविष्ट आहे.

अर्थात हे मी गमतीने म्हणालो होतो, लोगोथेरपीचं संक्षिप्त स्वरूप म्हणून नव्हे. परंतु त्यात थोडं तथ्य आहे. मनोविश्लेषणाशी तुलना करता लोगोथेरपी अशी पद्धती आहे ज्यामध्ये आत्मनिरीक्षण कमी आहे, गतकाळाचं अवलोकन कमी आहे. याउलट लोगोथेरपी भविष्यावर लक्ष केंद्रित करते म्हणजेच पेशंटने त्याच्या भविष्यकाळात कोणतं उद्दिष्ट साध्य करायचं आहे. (लोगोथेरपी खरोखरच अर्थ किंवा उद्दिष्ट यांवर केंद्रित केलेला मानसोपचार आहे.) लोगोथेरपीमध्ये पेशंटला त्याच्या आयुष्याच्या उद्दिष्टाला सामोरं जावं लागतं व त्या उद्दिष्टाच्या दिशेने त्याला पुन्हा वळवलं जातं आणि एकदा त्याला ह्या अर्थाची/उद्दिष्टाची जाणीव करून दिली की, त्याचं मानसिक आजारावर मात करण्याचं सामर्थ्य वाढीस लागतं.

माझ्या या संकल्पनेला मी 'लोगोथेरपी' असं नाव का दिलं, ते आता स्पष्ट करतो. 'लोगोस' हा ग्रीक शब्द आहे, जो 'अर्थ' असं सूचित करतो. मानवी अस्तित्वाचं उद्दिष्ट आणि ह्या उद्दिष्टाचा मानवाने घेतलेला शोध याकडे लोगोथेरपी लक्ष केंद्रित करते. लोगोथेरपीनुसार आपल्या जीवनातील उद्दिष्ट शोधून काढण्यास-ाठी प्रयत्नशील असणं ही मानवामधील प्राथमिक प्रेरणा आहे.

उद्दिष्ट शोधण्याची ऊर्मी

मानवाने उद्दिष्टासाठी घेतलेला शोध ही त्याच्या जीवनातील प्राथमिक प्रेरणा आहे आणि त्याच्यातील सहजप्रेरणेचं 'दुय्यम स्पष्टीकरण' नव्हे. हे जीवनाचं उद्दिष्ट इतकं विशिष्ट, अद्वितीय असतं, की फक्त ती व्यक्तीच ते परिपूर्ण करू शकते; आणि मग त्या उद्दिष्टाला महत्त्व प्राप्त होतं व ती प्रेरणा बनते. फ्रान्समध्ये काही वर्षांपूर्वी सार्वजनिक मताचा आढावा घेतला गेला. परिणाम असा दिसून आला की ८९% लोकांनी कबूल केलं की, मानवाला जगण्यासाठी 'कशाची तरी' आवश्यकता असते. आणि ६१% लोकांनी कबूल केलं की त्यांच्या जीवनात अशी काहीतरी गोष्ट आहे किंवा कोणी व्यक्ती आहे, जिच्यासाठी ते मृत्यूदेखील पत्करू

शकतील. फ्रान्समध्ये हजारो लोकांचा हा जो सर्व्हे घेतला होता, त्याचप्रकारचा सर्व्हे मी माझ्या व्हिएन्नामधील रुग्णालयात पुन्हा घेतला. त्यात रुग्ण व कर्मचारी सगळ्यांचा समावेश केला आणि त्या सर्व्हेचा परिणामदेखील दोन टक्क्यांच्या किरकोळ फरकाने फ्रान्समधील सर्व्हेसारखाच आला.

जॉन हॉपकिन्स विद्यापीठातील काही तज्ज्ञांनी अशाच प्रकारचा एक सर्व्हे घेतला, ज्यात ४८ कॉलेजमधील ७,९४८ विद्यार्थ्यांचा समावेश होता. 'नॅशनल इन्स्टिट्यूट ऑफ मेंटल हेल्थ' ह्या संस्थेने आपल्या दोन वर्षांच्या अभ्यासक्रमात वरील सर्व्हेतील प्राथमिक अहवालाचा समावेश केला आहे. या क्षणी तुम्हाला सर्वांत महत्त्वाचं काय वाटतं? असं विचारलं असता, १६ टक्के विद्यार्थ्यांनी उत्तर दिलं, ''खूप पैसे कमावणं.'' ७८ टक्के विद्यार्थी म्हणाले, ''त्यांचं पहिलं ध्येय होतं - आयुष्याचं उद्दिष्ट व अर्थ शोधून काढणं.''

19

तणावाचं महत्त्व

'मॅन्स सर्च फॉर मिनिंग' या पुस्तकामुळे आंतरिक समतोलाऐवजी आंतरिक तणाव निर्माण होण्याची शक्यता आहे. परंतु खरंतर मानसिक आरोग्यासाठी अशा प्रकारचा तणाव अतिशय आवश्यक आहे. मी असं खात्रीनं सांगू शकतो, की अत्यंत बिकट परिस्थितीत तग धरण्यासाठी सर्वांत प्रभावशाली काय असेल तर हे ज्ञान की आपल्या जीवनाला अर्थ आहे. नित्शे ह्या तत्त्ववेत्त्याच्या शब्दांमध्ये सुज्ञपणाचं दर्शन होतं : ''ज्या व्यक्तीकडे 'कशासाठी' जगायचं, याचं उत्तर असतं; ती व्यक्ती जवळजवळ 'काहीही' सहन करू शकते.'' कोणत्याही मानसोपचारामध्ये उपयुक्त होईल असं बोधवाक्य मला या शब्दांमध्ये दिसतं. नाझी छळाच्या छावणीमध्ये हे स्पष्टपणे दिसू शकत होतं की ज्यांना माहीत होतं, नंतर आपल्याला एखादी कामगिरी पूर्ण करायची आहे - त्यांना तग धरणं जास्त शक्य होतं. मृत्यूच्या छावणीवर पुस्तकं लिहिणारे इतर लेखकही ह्याच निष्कर्षाप्रत येऊन पोहोचले आहेत. आणि जपान, उत्तर कोरिया व उत्तर व्हिएतनाम येथील युद्धकैद्यांच्या छावणीत केलेल्या मानसशास्त्रीय तपासामध्येदेखील हेच दिसून आले.

माझ्याबाबतीत म्हणायचं झालं तर जेव्हा मला ऑस्‌विट्झ या

मृत्युछावणीमध्ये नेण्यात आलं, तेव्हा माझ्याकडून प्रकाशनासाठी तयार असलेलं माझं एक हस्तलिखित जप्त करण्यात आलं.[१]

नक्कीच हे हस्तलिखित पुन्हा लिहून काढण्याची माझी दृढ इच्छा असल्यामुळे मी छावणीतील कठीण परिस्थितीत तग धरू शकलो. उदाहरणार्थ : बव्हेरियातील छावणीमध्ये जेव्हा टायफसच्या तापाने मी आजारी पडलो होतो, तेव्हा कागदांच्या छोट्या चिटोऱ्यांवर मी अनेक मुद्दे लिहून काढले होते, अशा हेतूने की जर या छावणीतून माझी मुक्तता झाली, तर ते हस्तलिखित पुन्हा लिहिण्यासाठी ही माहिती उपयोगी ठरेल. मला खात्री आहे की माझं हरवलेलं हस्तलिखित पुन्हा लिहिण्याच्या विचाराने मला बव्हेरियातील छळछावणीमधील अंधारकोठडीत हृदयविकाराशी झगडण्याचं बळ दिलं. अशा प्रकारे हे दिसून येतं की, मानसिक आरोग्य हे काही प्रमाणात तणावावर आधारित आहे, एखाद्याला जे साध्य झालंय आणि अजून करायचं आहे यामधील तणाव किंवा एखादा जसा आहे व जसं बनायचं आहे यामधील तफावत/अंतर.

मानवासाठी अशा प्रकारचा तणाव मूलभूत आहे आणि म्हणूनच मानसिक आरोग्यासाठी अपरिहार्य आहे. त्यामुळे माणसाला त्याचं संभाव्य उद्दिष्ट पूर्ण करण्यासाठी आव्हान द्यायला आपण कचरता कामा नये. याचप्रकारे आपण त्याची सुप्त असलेली उद्दिष्टं शोधण्याची ऊर्मी जागृत करतो. माझं असं मत आहे की, मानसिक आरोग्यासाठी असं गृहीत धरणं अत्यंत चुकीचं आहे की माणसाला सर्वांत जास्त स्थिरतेची, समतोलपणाची आवश्यकता आहे किंवा जीवशास्त्रात म्हणतात तसं 'होमिओस्टेसिस' म्हणजे तणावरहित अवस्था.

माणसाला खरंतर तणावरहित अवस्थेची गरज नसते, तर सुयोग्य अशा स्वेच्छेनं निवडलेल्या उद्दिष्टासाठी प्रयत्नशील असण्याची व झगडण्याची आवश्यकता असते. काहीही करून ताण हलका करण्याची गरज नसते तर अशा संभाव्य उद्दिष्टाने साद देण्याची गरज असते, जे त्याच्या हस्ते परिपूर्ण होण्याची वाट पाहत आहे. माणसाला होमिओस्टेसिसची (तणावरहित अवस्था) आवश्यकता नसते तर मी म्हणतो तसं 'नो डायनॅमिक्स' याची आवश्यकता असते म्हणजे पूर्ण करण्यासाठी उद्दिष्ट व ते पूर्ण करणारी व्यक्ती या दोहोंतील निकोप तणावावर

---

[१] ती माझ्या पहिल्या पुस्तकाची पहिली आवृत्ती होती, ज्याचा इंग्रजी अनुवाद अल्फ्रेड ए. नॉफ यांनी १९५५मध्ये 'द डॉक्टर अँड द सोल : ॲन इन्ट्रोडक्शन टू लोगोथेरपी' या नावाने प्रकाशित केला.

आधारित असलेली अस्तित्वाची प्रेरणा.

उद्दिष्ट शोधण्याच्या प्रेरणेची सकारात्मक बाजू आपण पाहिली, परंतु आता आपण त्याच्या हानिकारक परिणामांकडे वळू या. अनेक रुग्ण ज्याची तक्रार करतात ती जाणीव - आपलं जीवन संपूर्णपणे अर्थहीन असल्याची जाणीव. जीवन जगण्यासाठी असलेल्या उद्दिष्टाची जाणीव त्यांना झालेली नसते. त्यांच्या अंतरंगातील पोकळीच्या, त्यांच्या आतील रितेपणाच्या अनुभवाने ते झपाटलेले असतात; ते अशा परिस्थितीत सापडलेले असतात ज्याला मी 'अस्तित्वाची पोकळी' म्हणतो.

अस्तित्वाची पोकळी

अस्तित्वाची पोकळी ही विसाव्या शतकातील व्यापक घडामोड आहे. आणि ते अगदी साहजिकच आहे; जेव्हा मानव खऱ्या अर्थाने माणूस बनला व त्याला जे दुहेरी नुकसान सोसावं लागलं, त्यामुळे असेल कदाचित. मानवी इतिहासाच्या सुरुवातीला मानवाने काही मूलभूत पशूच्या सहजप्रेरणा गमावल्या, ज्यामध्ये पशूचं वर्तन अंतर्भूत होतं व ज्यामुळे सुरक्षितता लाभत होती. स्वर्गासारख्या वाटणाऱ्या या सुरक्षिततेला त्याला कायमचं मुकावं लागतं; त्याला आता निवड करावी लागते. परंतु याबरोबर अलीकडील काळात त्याला अजून एका हानीला सामोरं जावं लागलं. ते म्हणजे त्याचं वर्तन ज्या परंपरांवर आधारलेलं होतं, त्या आता जलदगतीने लोप पावत आहेत.

कोणतीही सहजप्रेरणा त्याला सांगत नाही की त्याने काय करावं आणि कोणतीही परंपरा त्याला सांगत नाही की त्याने काय करणं योग्य आहे; कधीकधी तर त्याला काय करण्याची इच्छा आहे, हेदेखील त्याला उमगत नाही. मग एकतर तो इतरजण जे करतात ते करण्याचं ठरवतो (कायद्याने स्थापलेल्या धर्माला अनुसरून वागतो) किंवा इतर व्यक्तींच्या इच्छेनुरूप कृती करतो (हुकूमशाहीला अनुसरून वागतो).

युरोपमधील माझ्या विद्यार्थ्यांच्या सर्व्हेमध्ये असं निष्पन्न झालं की २५ टक्के विद्यार्थ्यांमध्ये कमीजास्त प्रमाणात अस्तित्वाची पोकळी दिसून येते. माझ्या अमेरिकेतील विद्यार्थ्यांमध्ये ते प्रमाण २५ नसून ६०% होतं.

अस्तित्वाची पोकळी बहुतेकदा कंटाळवाणी स्थिती या स्वरूपात व्यक्त होते. आता आपल्याला शोपेनहावर नावाच्या तत्त्वज्ञाचं विधान समजून घेणं शक्य

होईल. कष्टयातना व कंटाळा ह्या दोन अत्यंत विरुद्ध टोकांमध्ये सदैव दोलायमान होणं हे मानवजातीच्या नशिबात आहे असं दिसतंय. वस्तुस्थिती अशी आहे की ताणतणावांपेक्षा कंटाळा जास्त समस्या निर्माण करत आहे व मानसोपचार तज्ज्ञांकडे त्या सोडवण्यासाठी येत आहेत. आणि ह्या समस्यांचं महत्त्व दिवसेन्‌दिवस वाढत आहे. कारण अत्याधुनिक यांत्रिकीकरणामुळे सर्वसाधारण कामगाराला मिळणारा मोकळा वेळ प्रचंड प्रमाणात वाढणार आहे. आणि वाईट गोष्ट अशी आहे की, त्यातील अनेकांना ह्या नव्याने लाभलेल्या मोकळ्या वेळेचं काय करावं, ते माहीत नसेल.

आता आपण उदाहरण म्हणून 'रविवारचा मनोविकार' लक्षात घेऊ या, जे एक प्रकारचं नैराश्य आहे ज्यामध्ये लोकांना पूर्ण आठवडा अत्यंत धावपळीत घालविल्यावर सुट्टीच्या दिवशी जाणीव होते की त्यांच्या जीवनात मन:शांतीची कमतरता आहे आणि त्यांची आंतरिक पोकळी व्यक्त रूप घेते. आत्महत्येच्या अनेक प्रसंगांच्या मुळाशी ही अस्तित्वाची पोकळी असते. सर्वत्र आढळणारं नैराश्य, व्यसनाधीनता, आक्रमकता इ. मनोविकारांचं पूर्ण आकलन तोपर्यंत होणार नाही, जोपर्यंत त्यांच्या मुळाशी असलेली अस्तित्वाची पोकळी ओळखली जात नाही. सेवानिवृत्त झालेल्या आणि वयस्कर व्यक्तींमध्येदेखील ही समस्या प्रकर्षाने जाणवते.

एखाद्या रुग्णाने विचारले की त्याच्या आयुष्याचा अर्थ काय, तर आपण त्याला कशा प्रकारे मार्गदर्शन करू शकतो ते आता पाहू या.

आयुष्याचा अर्थ

एखादा डॉक्टरही ह्या प्रश्नाचं उत्तर साध्यासरळ शब्दांत देऊ शकेल याची मला शंका वाटते. कारण आयुष्याचा अर्थ हा माणसानुरूप प्रत्येक दिवसाला, अगदी प्रत्येक तासाला बदलतो आणि त्यामुळे आयुष्याचा सर्वसाधारण अर्थ महत्त्वाचा नाही तर एखाद्या ठरावीक क्षणी माणसाच्या आयुष्याचा विशिष्ट अर्थ महत्त्वाचा आहे. हा प्रश्न ढोबळ स्वरूपात मांडायचा झाला, तर त्याची तुलना बुद्धिबळामध्ये निष्णात व्यक्तीला विचारलेल्या ह्या प्रश्नाशी करता येईल : "ग्रँड मास्टर, मला सांगा की जगातील सर्वोत्तम खेळी कोणती?" खरंतर सर्वोत्तम काय उत्तम खेळीसुद्धा अस्तित्वात नसते, ती खेळामधील विशिष्ट परिस्थिती आणि प्रतिस्पर्ध्याचे खास व्यक्तिमत्त्व यांवर अवलंबून असते.

अगदी हेच तत्त्व मानवी अस्तित्वाच्या बाबतीतही लागू पडतं. एखाद्याने आयुष्याचा काल्पनिक अर्थ शोधायला जाऊ नये. प्रत्येकाला आयुष्यात स्वत:चं असं ठरावीक जीवितकार्य किंवा उद्दिष्ट असतं, ज्यामध्ये त्याला काही ठोस कामगिरी पार पाडावी लागते. त्या कार्याची पूर्तता इतर कोणी करू शकत नाही किंवा त्याचं आयुष्य त्याला पुन्हा जगता येत नाही. अशा प्रकारे प्रत्येकाचं कार्य आगळंवेगळं असतं आणि ते पूर्ण करण्याची त्याची संधीदेखील अद्वितीय असते.

जसजसं जीवनातील प्रत्येक परिस्थिती माणसासमोर एक आव्हान उभं करते व त्याला सोडविण्यासाठी एक समस्या समोर आणते, तसतसा जीवनाच्या अर्थाचा प्रश्न उलट होत जातो. सरतेशेवटी जीवनाचा अर्थ काय हा प्रश्न माणसाने विचारायला नको; तर त्याने हे ध्यानात घेतलं पाहिजे की तो प्रश्न त्याला विचारला जात आहे. याचाच अर्थ असा की आयुष्य प्रत्येक माणसाला प्रश्न विचारत असतं; आणि त्या प्रश्नाचं उत्तर तो फक्त स्वत:च्या आयुष्याच्या संदर्भात देऊ शकतो. फक्त जबाबदार बनून तो आयुष्याच्या संदर्भात देऊ शकतो; म्हणून लोगोथेरपीमध्ये मानवी अस्तित्वाच्या गाभ्याशी 'जबाबदारपणा' आहे असं समजलं जातं.

20

अस्तित्वाचा गर्भितार्थ

लोगोथेरपीमध्ये रुग्णाला स्वत:च्या जबाबदारपणाची पूर्ण जाणीव करून देण्याचा प्रयत्न केला जातो; त्यामुळेच तो कशासाठी, कशाप्रत किंवा कोणाप्रत स्वत:ला जबाबदार समजतो, हा पर्याय त्याला उपलब्ध होतो. म्हणूनच सर्व मानसोपचार तज्ज्ञांपैकी लोगोथेरपी तज्ज्ञांना स्वत:ची नैतिक मतं त्याच्या रुग्णांवर लादण्याचा मोह होत नाही. कारण मतं बनविण्याची जबाबदारी रुग्णाने डॉक्टरवर ढकलावी हे तो कधीही खपवून घेणार नाही.

म्हणूनच रुग्णाला निर्णय घ्यायचा असतो की त्याला त्याच्या जीवितकार्याचा काय अर्थ लावायचा आहे? तो समाजाप्रति जबाबदार आहे की स्वत:च्या सदसद्‌विवेकबुद्धीप्रति जबाबदार आहे. परंतु अशा काही व्यक्ती असतात ज्या त्यांच्या आयुष्याचा अर्थ फक्त त्यांना सोपविलेल्या कामगिरीच्या संदर्भात नव्हे तर अशा व्यक्तींच्या संदर्भातसुद्धा लावतात, जिने त्यांच्यावर ही कामगिरी सोपविली

आहे. लोगोथेरपी शिकवणही नव्हे आणि उपदेशही नव्हे. ती तर्कबुद्धीपेक्षा फार वेगळी आहे व नैतिक जोरजबरदस्तीही नव्हे. रूपकाद्वारे समजून घ्यायचं असेल, तर लोगोथेरपी तज्ज्ञ जी भूमिका पार पाडतात; ती एखाद्या चित्रकाराची नसून नेत्रतज्ज्ञांची असते. चित्रकार त्याला जग जसं दिसतं त्याचं चित्र आपल्यापर्यंत पोहोचविण्याचा प्रयत्न करतो; नेत्रतज्ज्ञ जग खरोखरच जसं आहे तसं आपल्याला पाहता यावं यासाठी प्रयत्न करतो. रुग्णाच्या दृष्टीचे क्षेत्र व्यापक आणि विस्तृत करणं ही लोगोथेरपी तज्ज्ञांची भूमिका असते म्हणजे सर्वसंभाव्य उद्दिष्टे त्यांना दिसू लागतील व जाणवतील.

जेव्हा मी असं म्हणतो की, माणसाने स्वत: जबाबदारी घेऊन त्याच्या आयुष्याचं संभाव्य उद्दिष्ट साध्य केलं पाहिजे, तेव्हा मला ह्या मुद्द्यावर भर द्यायचा आहे की जीवनाचा खरा अर्थ माणसाच्या अंतरंगात किंवा स्वत:च्या मनात नव्हे तर जगामध्ये शोधायला हवा. जणू काही ती एक बंदिस्त रचना आहे, असं गृहीत धरून. ह्या मूलभूत गुणधर्माला मी 'मानवी अस्तित्वापलीकडे जाणं' असं म्हणतो. हा गुणधर्म असं दर्शवतो की माणूस असणं हे नेहमीच स्वत: सोडून इतर काहीतरी किंवा इतर कोणीतरी यांकडे निर्देश करत असतं - मग ते पूर्ण करण्याचं उद्दिष्ट असेल किंवा भेट घेण्यासाठी दुसरी व्यक्ती असेल. माणूस जेवढा जास्त स्वत:ला विसरतो - एखाद्या सेवाकार्याला वाहून घेतो किंवा दुसऱ्यांवर प्रेम करतो - तेवढं जास्त माणूसपण त्याला गवसतं व तेवढं जास्त माणूसपण तो साध्य करतो. आपण ज्याला स्वत:मधील संपूर्ण संभाव्यता साकारणं म्हणतो (हे खरंतर साध्य करण्याजोगं ध्येय नाही, कारण त्यासाठी आपण जेवढे जास्त प्रयत्न करू, तेवढं ते आपल्यापासून दूर जाईल. दुसऱ्या शब्दांत सांगायचं म्हणजे स्वत:मधील पूर्ण संभाव्यता साकारणं हे स्वत:च्या पलीकडे जाण्याच्या प्रक्रियेबरोबरच फक्त शक्य आहे.

आत्तापर्यंत आपण पाहिलं की आयुष्याचा अर्थ सतत बदलत असतो, परंतु तो कधीच अंत पावत नाही. लोगोथेरपीनुसार आयुष्याचा अर्थ आपण तीन वेगवेगळ्या प्रकारे शोधू शकतो : (१) एखादं काम निर्माण करून किंवा एखादी कृती करून, (२) एखाद्या गोष्टीचा अनुभव घेऊन किंवा एखाद्या व्यक्तीची भेट घेऊन आणि (३) अपरिहार्य दु:खयातनांच्याबद्दल आपण जो दृष्टिकोन बाळगतो त्यातून. कामगिरी पार पाडण्याचा, कार्य यशस्वी करण्याचा पहिला मार्ग अगदी सुस्पष्ट आहे. दुसऱ्या व तिसऱ्याला अधिक स्पष्टीकरणाची आवश्यकता आहे.

आयुष्याचा अर्थ शोधण्याचा दुसरा मार्ग म्हणजे कसलातरी अनुभव घेणं - उदा. उदात्तपणा, सत्य व सौंदर्य - निसर्ग व संस्कृती यांचा अनुभव घेऊन किंवा महत्त्वाचं म्हणजे एखाद्या व्यक्तीचं आगळंवेगळं स्वरूप अनुभवून - त्याच्यावर प्रेम करून.

प्रेमाचा अर्थ

एखाद्या माणसाला त्याच्या व्यक्तिमत्त्वाच्या खोल गाभ्याशी जाऊन जाणून घ्यायचं असेल तर प्रेम हा एकमेव मार्ग आहे. त्या व्यक्तीवर प्रेम केल्याखेरीज दुसरी व्यक्ती त्याचा स्थायीभाव पूर्णपणे जाणू शकत नाही. प्रेमामुळे त्याला आपल्या प्रिय व्यक्तीमधील मूलभूत गुणधर्म व स्वभाववैशिष्ट्ये दिसू शकतात; आणि याहून अधिक म्हणजे त्या व्यक्तीमधील सुप्त गुण त्याला दिसतात, जे अजूनपर्यंत प्रत्यक्षात आले नाहीत; परंतु जे प्रत्यक्षात येणं आवश्यक आहे. आणि महत्त्वाचं म्हणजे प्रेमळ व्यक्ती स्वत:मधील प्रेमाने आपल्या प्रिय व्यक्तीला त्याच्यातील सुप्त गुण प्रत्यक्षात उतरवण्यास समर्थ बनवते. तो काय बनू शकतो व त्याने काय बनायला हवं, याची त्याला जाणीव करून दिल्यामुळे तो सुप्त गुण सत्यात उतरवतो.

लोगोथेरपीमध्ये प्रेमाचा अर्थ फक्त शारीरिक प्रेमाची उत्कटता व मानवी सहजप्रवृत्ती यांतून निर्माण होणारी दुय्यम घडामोड असा लावला जात नाही. शारीरिक संबंधांप्रमाणेच प्रेमदेखील प्राथमिक घडामोड आहे. खरंतर प्रेमाचं एक व्यक्त स्वरूप शारीरिक संबंध आहे. शारीरिक संबंध जोपर्यंत प्रेमाचं वाहन आहे, तोपर्यंत योग्यच आहे; अगदी पवित्रदेखील आहे. अशा प्रकारे प्रेमाला फक्त शारीरिक संबंधांचा दुय्यम परिणाम समजलं नाही तर एकत्र येण्याचा परमोच्च अनुभव - ज्याला प्रेम म्हणतात - ते व्यक्त करण्याचा एक मार्ग शारीरिक संबंध आहे.

आयुष्याचा अर्थ शोधण्याचा तिसरा मार्ग आहे यातना भोगणं.

यातना भोगण्याचा अर्थ

आपण हे विसरून चालणार नाही की, जेव्हा आपल्याला एखाद्या हताश परिस्थितीचा सामना करावा लागतो, जेव्हा नशीब बदलणं बिलकूल आपल्या हातात नसतं, तेव्हासुद्धा आयुष्याचा अर्थ सापडणं शक्य आहे. कारण त्या परिस्थितीत आपण मानवातील अद्वितीय क्षमतेला त्याच्या सर्वश्रेष्ठ स्वरूपात पाहू शकतो. ज्याचं उदाहरण आहे एखाद्या वैयक्तिक दुर्घटनेचं यशामध्ये रूपांतर

करणं. आपल्या दुर्दशेला आपल्या कर्तृत्वात बदलणं. जेव्हा आपल्याला एखादी परिस्थिती बदलणं शक्य नसतं – एखाद्या असाध्य रोगाचा विचार करा. उदा. दुर्धर कर्करोग – तेव्हा आपल्याला स्वत:ला बदलण्याचं आव्हान स्वीकारावं लागतं.

मी एक अगदी सुस्पष्ट असं उदाहरण देतो : एकदा एक वयस्कर डॉक्टर त्यांना असलेल्या नैराश्यासाठी माझा सल्ला घ्यायला आले. त्याची पत्नी दोन वर्षांपूर्वी वारली होती व ती त्यांना अत्यंत प्रिय असल्यामुळे त्यांना ह्या दु:खावर मात करणं शक्य होत नव्हतं. आता मी त्यांना कशी मदत करणार होतो? मी त्यांना काय समजवणार होतो? मी त्यांना काही समजवण्याऐवजी सरळ एक प्रश्न विचारला, ''डॉक्टर, विचार करा, जर तुमचे तुमच्या पत्नीआधी निधन झाले असते आणि ती जिवंत राहिली असती तर काय झालं असतं?'' ''बापरे,'' ते म्हणाले, ''तिच्यासाठी हे सहन करणं खूप भयंकर झालं असतं; तिनं हे दु:ख कसं सोसलं असतं?'' ज्यावर मी उत्तर दिलं, ''डॉक्टर, हे बघा, ह्या दु:खापासून तिला वाचवलं गेलंय आणि तुम्ही तिला ह्या दु:खापासून वाचवलंय – याची किंमत तुम्हाला मोजावी लागतेय ती म्हणजे पत्नी गेल्यावर जगत राहणं व शोक करणं.'' ते काहीच बोलले नाहीत परंतु त्यांनी हस्तांदोलन केलं व शांतपणे निघून गेले. अशा प्रकारे दु:खाला जेव्हा अर्थ प्राप्त होतो, तेव्हा ते दु:ख राहत नाही. उदा. त्यागाचा अर्थ.

अर्थातच याला काही खऱ्या अर्थाने थेरपी म्हणता येणार नाही. कारण पहिली गोष्ट म्हणजे त्यांचं नैराश्य हा कोणताही आजार नव्हता; आणि दुसरी, मी त्यांचं नशीब बदलू शकत नव्हतो; मी त्यांच्या पत्नीला परत आणू शकत नव्हतो. परंतु त्या क्षणी त्यांच्या न बदलत्या येणाऱ्या नशिबाबद्दलचा त्यांचा दृष्टिकोन बदलण्यात मी यशस्वी झालो होतो आणि त्यानंतर त्यांच्या दु:खामागचा अर्थतरी निदान त्यांना स्पष्ट उमगला होता. लोगोथेरपीमधील मूलभूत तत्त्व आहे की सुख मिळवणं किंवा दु:ख टाळणं ही माणसाची सर्वांत मोठी चिंता नसून आपल्या आयुष्याचा अर्थ किंवा उद्दिष्ट शोधणं ही खरी चिंता आहे. म्हणूनच माणूस यातना भोगायलाही तयार होतो. फक्त एका अटीवर की त्याच्या दु:ख-यातनांना काही अर्थ असला पाहिजे.

परंतु एक गोष्ट मला स्पष्ट करायची आहे की, जीवनाचा अर्थ शोधण्यासाठी दु:ख-यातना आवश्यकच आहेत असं काही नाही. मी फक्त ही गोष्ट ठामपणे सांगतोय की दु:ख असलं तरी अर्थ शोधणं शक्य आहे – अर्थातच ते दु:ख न

टाळण्याजोगं असायला हवं. जर ते टाळता येणं शक्य असेल तर त्या दु:खाचं मूळ नष्ट करणं – मग ते मूळ मानसिक, राजकीय किंवा जैविक असो – ही अर्थपूर्ण कृती ठरते. आवश्यकता नसताना दु:ख सहन करणं हे मानसिक विकृतीचं लक्षण आहे, धैर्याचं नव्हे.

काही वेळा एखाद्यावर अशी परिस्थिती ओढावते की त्याला कृती करणं शक्य नसतं किंवा आनंद उपभोगणं शक्य नसतं; परंतु एक गोष्ट मात्र निश्चितपणे असते ती म्हणजे दु:खाची अपरिहार्यता. अत्यंत धैर्याने दु:ख सोसण्याचं आव्हान स्वीकारल्यावर आयुष्याचा शेवटच्या क्षणापर्यंत अर्थ मिळतो. आणि अक्षरश: शेवटच्या क्षणापर्यंत आयुष्य तो अर्थ टिकवून ठेवतं. म्हणजेच आयुष्याचा अर्थ कोणत्याही परिस्थितीशी निगडित नसतो. आणि अपरिहार्य दु:खामध्येही आयुष्याचा अर्थ दडलेला असतो.

छळछावणीमध्ये मी घेतलेला सर्वांत खोल गहिरा अनुभव मला आठवतोय. छावणीमध्ये जिवंत राहण्याचं प्रमाण एकास अठ्ठावीस असं होतं. जे पडताळून पाहणं सहजशक्य आहे. मी जेव्हा ऑसविट्झमध्ये येऊन पोहोचलो, तेव्हा माझ्या पहिल्या पुस्तकाचं हस्तलिखित जे मी कोटामध्ये लपवलं होतं; ते सुरक्षित राहण्याची शक्यता बिलकूल वाटत नव्हती. म्हणूनच मला माझ्या ह्या मानसिक अपत्याला गमविण्याचं दु:ख सोसावं लागलं होतं. आणि दु:खावर मात करावी लागली होती. आणि आता अशी परिस्थिती होती की काहीही व कोणीही बचावेल असं वाटत नव्हतं; माझं शारीरिक अपत्य नाही, अन् माझं मानसिक अपत्यही नाही! मग माझ्यासमोर एक प्रश्न उभा ठाकला की, अशा परिस्थितीत माझ्या आयुष्याला काहीच अर्थ नाही का? परंतु तेव्हा माझ्या लक्षात आलं नव्हतं की, ज्या प्रश्नाशी मी इतक्या तळमळीने झगडत होतो – त्याचं उत्तर माझ्या समोरच होतं आणि लवकरच ते उत्तर मला दिलं जाणार होतं.

त्याचं असं घडलं – जेव्हा मला माझे कपडे देऊन टाकावे लागले आणि त्या बदल्यात अशा एका सहकाऱ्याचे जीर्ण झालेले कपडे मिळाले, ज्याला ऑस्विट्झ रेल्वे स्थानकात आल्यावर लगेचच गॅसचेंबरला धाडण्यात आलं होतं. माझ्या हस्तलिखिताच्या अनेक पानांच्या बदल्यात मला त्या नव्यानं मिळालेल्या कोटाच्या खिशामध्ये हिब्रु प्रार्थनापुस्तिकेतून फाडलेलं एक पान मिळालं, ज्यात सर्वांत महत्त्वाची ज्यू प्रार्थना होती – 'शेमा इजराइल'. या योगायोगाचा मी काय अर्थ लावणार होतो – माझे विचार फक्त कागदावर उतरविण्याच्या ऐवजी ते

प्रत्यक्षपणे जगण्याचं आव्हान मी स्वीकारायला हवं, हा त्याचा अर्थ होता.

काही काळानंतर मला आठवतंय - मला असं वाटलं होतं की, लवकरच माझा मृत्यू होणार. मात्र ह्या गंभीर परिस्थितीत माझ्या चिंतेचं कारण माझ्या इतर साथीदारांपेक्षा अगदी वेगळं होतं. त्यांचा प्रश्न होता, ''छावणीमध्ये आपण जिवंत राहू का? जर राहणार नसू, तर ह्या सर्व यातनांना काहीही अर्थ नाही.'' मला ज्या प्रश्नानं घेरलं होतं तो असा होता, ''हे सर्व दुःख, यातना, हे आजूबाजूला होणारे मृत्यू याला अर्थ आहे का? कारण जर याला अर्थ नसेल तर शेवटी जिवंत राहण्यालाही अर्थ नाही. कारण ज्या आयुष्याचा अर्थ एखाद्या योगायोगावर अवलंबून असतो - एखादा छावणीमधून पळ काढू शकतोय किंवा नाही - ते आयुष्य शेवटी जगण्यास लायक नाही.

21

लोगोनाट्य

मला एका प्रसंगाचा उल्लेख करायचा आहे, ज्यामध्ये एका पेशंटने माझ्यासमोर हा प्रश्न उपस्थित केला, ''माझ्या जीवनाचा काय अर्थ आहे?'' एका आईच्या अकरा वर्षांच्या मुलाचा मृत्यू झाला होता, तिने आत्महत्येचा प्रयत्न केल्यानंतर तिला माझ्या रुग्णालयात दाखल करण्यात आलं. डॉ. कर्ट कोको यांनी तिला उपचार घेणाऱ्या रुग्णांच्या एका गटात सामील होण्यासाठी आमंत्रित केलं आणि नेमका मी त्या खोलीत शिरलो, जिथे हे मानसोपचार नाट्य सुरू होतं. ती स्वतःची गोष्ट सांगत होती. एका मुलाच्या मृत्यूनंतर तिच्यासोबत फक्त तिचा मोठा मुलगा राहिला जो अपंग होता, त्याला लहानपणी पोलिओ झाला होता व आपल्या जागेवरून हालचाल करण्यासाठी त्याला व्हिलचेअरचा वापर करावा लागत असे. त्याच्या आईने मात्र नशिबाच्या विरुद्ध बंड पुकारलं. परंतु जेव्हा तिने त्याला सोबत घेऊन आत्महत्या करण्याचा प्रयत्न केला, तेव्हा ह्या पंगू मुलानेच तिला तसं करण्यापासून परावृत्त केलं; त्याला जगणं आवडत होतं! त्याच्यासाठी जीवनाला अजूनही अर्थ होता. मग त्याच्या आईसाठी असं का नव्हतं? तिच्या आयुष्याला अजूनही कसा अर्थ मिळू शकेल? आणि तिला याची जाणीव व्हावी यासाठी आम्ही कोणती मदत करू शकू?

उत्स्फूर्तपणे मी त्या चर्चेत सामील झालो व त्या गटातील दुसऱ्या एका

स्त्रीला प्रश्न विचारले. मी तिला तिचं वय विचारलं तर तिने उत्तर दिलं, ''तीस.'' मी म्हणालो, ''नाही, तू तीस नाही, ऐंशी वर्षांची आहेस व मरणासन्न अवस्थेत आहेस. आणि आता तू तुझ्या आयुष्याकडे मागे वळून पाहत आहेस, असं आयुष्य ज्यात मुलंबाळं नव्हती, परंतु भरपूर संपत्ती व प्रतिष्ठा होती.'' आणि मग मी त्या बाईला तिला त्या परिस्थितीत काय वाटेल? याचं कल्पनाचित्र रंगवायला सांगितलं. ''तू काय विचार करशील? तू स्वत:शी काय बोलशील?'' ती तेव्हा जे काही म्हणाली ते मी रेकॉर्ड केलं. तिचे शब्द असे होते – ''हो, मी एका श्रीमंत माणसाशी लग्न केलं, माझं आयुष्य ऐषआरामात गेलं व मी अगदी मस्तपणे जगले! मी अनेक पुरुषांबरोबर मजा केली! परंतु आता मी ऐंशी वर्षांची झालेय; मला स्वत:ची अपत्यं नाहीत. आता या वयात जेव्हा मी माझ्या आयुष्याकडे वळून पाहते, तेव्हा हे सगळं मी का केलं ते समजत नाही; खरंतर मला म्हणावं लागेल की माझं आयुष्य व्यर्थ ठरलं!''

नंतर मी त्या अपंग मुलाच्या आईला निमंत्रित केलं व स्वत:च्या आयुष्याकडे तसंच मागे वळून पाहायला सांगितलं. ती जे बोलली तेसुद्धा मी रेकॉर्ड केलं – ''मला मुलं असावीत असं नेहमीच वाटायचं आणि माझी इच्छा देवानं पूर्ण केली; माझ्या एका मुलाचं अकाली निधन झालं; परंतु दुसरा जो पंगू आहे, त्याची जर मी स्वत: देखभाल केली नसती तर त्याला एखाद्या संस्थेमध्ये पाठविण्यात आलं असतं. तो जरी अपंग व असहाय असला, तरी तो माझ्या पोटचा मुलगा आहे आणि अशा प्रकारे मी त्याचं आयुष्य परिपूर्ण करण्यात मदत केली आहे; माझ्या मुलाला एक चांगली व्यक्ती बनवण्यासाठी मी नेहमीच प्रयत्न केलेत.'' या वाक्यानंतर तिला अश्रू आवरेनात व हुंदके देतदेत ती पुढे म्हणाली : 'माझं म्हणाल तर मी माझ्या आयुष्याकडे मागे पाहून असं आनंदाने म्हणू शकते की माझ्या आयुष्याला अर्थ होता, उद्दिष्ट होतं व मी ते पूर्ण करण्याचा प्रयत्न केला; मी माझं सर्वस्व दिलं – मी माझ्या मुलासाठी जे मला शक्य होतं ते सर्व केलं. माझं आयुष्य व्यर्थ गेलं नाही!'' मृत्युशय्येवर असल्याची कल्पना करून स्वत:च्या आयुष्याकडे पाहिल्यावर तिला अचानक त्यात अर्थ दिसला, असा अर्थ, ज्यात तिची सर्व दु:खंसुद्धा सामावलेली होती. त्याचबरोबर तिला हेसुद्धा स्पष्टपणे जाणवलं की तिच्या दिवंगत मुलासारखं अल्पकालीन आयुष्य, प्रेमाने व आनंदाने समृद्ध असू शकतं व ऐंशी वर्षे आयुष्य जगलेल्या व्यक्तीपेक्षा जास्त अर्थपूर्ण असू शकतं.

थोड्या वेळाने मी दुसऱ्या प्रश्नाकडे वळलो, या वेळी संपूर्ण श्रोत्यांना उद्देशून बोलू लागलो. प्रश्न असा होता की, पोलिओवर लस शोधण्यासाठी ज्या माकडावर सतत प्रयोग केले जातात, पुन्हापुन्हा ज्याला सुया टोचल्या जातात - त्याला त्याच्या दु:खामागचा उदात्त अर्थ कधी लक्षात येईल का? अर्थातच उत्तर सर्वानुमते 'नाही' असं होतं. त्याच्या मर्यादित बुद्धीमुळे वानर माणसांच्या जगात प्रवेश करू शकणार नाही, फक्त मानवी जगात दु:खाचा अर्थ समजून घेतला जाऊ शकतो. मग मी माझा मुद्दा पुढे नेण्यासाठी हा प्रश्न विचारला : ''आणि माणसाचं काय? विश्वाच्या उत्क्रांतीमध्ये मानवी जग हा अंतिम बिंदू आहे, याबाबत तुमचं काय मत आहे? अशी कल्पना करता येतेय का, की अजून एक मिती आहे, मानवी जगापलीकडचं एक जग आहे. असं जग ज्यामध्ये मानवी दु:खाचं अंतिम उद्दिष्ट काय आहे, ह्या प्रश्नाचं उत्तर सापडलं आहे.''

सर्वोत्तम अर्थ

हा जो अंतिम अर्थ आहे, तो मानवाच्या मर्यादित बौद्धिक क्षमतेच्या पूर्ण आवाक्याबाहेरचा आहे; लोगोथेरपीमध्ये आम्ही 'सर्वोत्तम अर्थ' ह्या संदर्भात वापरतो. काही अस्तित्ववादी तत्त्वज्ञ शिकवितात त्याप्रमाणे आयुष्याची अर्थहीनता सहन करणे हे माणसाकडून अपेक्षित नाही, तर आयुष्याचा अर्थ तर्कशुद्धपणे जाणणं त्याच्या क्षमतेपलीकडे आहे हे स्वीकारणं त्याकडून अपेक्षित आहे. लोगोस हे तर्कबुद्धीपेक्षा खूप सखोल अर्थाचं आहे.

जो मानसशास्त्रज्ञ 'सर्वोत्तम अर्थ' ह्या संकल्पनेच्या पलीकडे जातो, त्याला लवकरच पेचप्रसंगाला तोंड द्यावं लागतं, जसं माझ्या बाबतीत घडलं. माझ्या सहा वर्षाच्या मुलीने मला विचारलं, ''आपण नेहमी देवाला चांगलं का म्हणतो?'' ज्यावर मी उत्तर दिलं, ''काही दिवसांपूर्वी तुला 'गोवर' झाला होता आणि मग देवाने तुला पूर्ण बरं केलं.'' परंतु तिचं समाधान झाल्यासारखं वाटलं नाही; तिने प्रतिवाद केला, ''हो, पण डॅडी हे विसरू नका : सुरुवातीला मला 'गोवर' त्यानेच दिला.''

परंतु जेव्हा एखाद्या रुग्णाची धार्मिकता अत्यंत दृढ असते, तेव्हा त्याच्या ह्या विश्वासाचा उपयोग उपचारासाठी करून घेणं शक्य होतं. आणि हे करण्यासाठी मानसोपचार तज्ज्ञाला रुग्णाच्या जागी स्वत:ला ठेवून विचार करायला लागतो. मी एकदा अगदी हेच केलं. उदा. पूर्व युरोपमधील एक रब्बी माझ्याकडे आला

व त्याची कहाणी मला ऐकवली. ऑस्विट्झच्या छळछावणीतील गॅसचेंबरमध्ये त्याची पहिली पत्नी व सहा मुलं मृत्युमुखी पडली होती आणि आता असं झालं की, त्याची दुसरी पत्नी वांझ होती. माझ्या असं ध्यानात आलं की प्रजनन हे फक्त आयुष्याचं उद्दिष्ट असू शकत नाही. कारण मग आयुष्य स्वत:हून अर्थहीन बनेल आणि जे स्वत:हून अर्थहीन आहे, ते फक्त पुढे चालू राहिल्याने त्याला अर्थ प्राप्त होत नाही. परंतु रब्बीने मात्र त्याच्या दु:खाचा अर्थ एका सनातनी ज्यू व्यक्तीच्या दृष्टिकोनातून असा लावला की त्याच्या मृत्यूनंतर 'कदिश' (मृत व्यक्तीसाठी म्हणण्याची प्रार्थना) म्हणण्यासाठी त्याला स्वत:चा मुलगा नाही.

परंतु मी हार मानली नाही. मी त्याला मदत करण्याचा शेवटचा प्रयत्न केला. मी त्याला विचारलं की, त्याची आपल्या मुलांशी स्वर्गात पुन्हा भेट होईल अशी आशा त्याला वाटते का? यावर त्या रब्बीला रडू कोसळलं आणि आता त्याच्या दु:खाचं खरं कारण उघड झालं; त्यानं मला समजावलं की त्याची मुलं ईश्वराच्या पवित्र कार्यासाठी शहीद झाल्यामुळे स्वर्गात उच्च स्थान मिळविण्यासाठी पात्र आहेत, परंतु त्याच्याबाबतीत मात्र त्याला ती जागा मिळणं अशक्य आहे, कारण त्याच्या हातून अनेक पापं घडलीत. माघार न घेता मी प्रतिवाद केला, ''रब्बी, तुला हे उमगत नाही का, की तू तुझ्या मुलांनंतर जिवंत आहेस त्याचं नेमकं हेच उद्दिष्ट आहे : वर्षानुवर्षं दु:ख सोसल्यावर तू निर्मळ होत जाशील, आणि शेवटी तुझ्या मुलांसारखा निरागस नसला तरी तूसुद्धा त्यांना स्वर्गात भेटण्यास पात्र बनशील. साम (बायबलमधील पवित्र गीत) मध्ये असं म्हटलं आहे की ईश्वर सर्वांचे अश्रू जतन करतो. म्हणूनच तुझं कोणतंही दु:ख वाया जाणार नाही.'' मी त्याच्यासाठी हा नवीन दृष्टिकोन खुला केल्यामुळे अनेक वर्षांमध्ये प्रथमच त्याला त्याच्या दु:खापासून दिलासा मिळाला.

जीवनाची क्षणभंगुरता

ज्या गोष्टी मानवी जीवनापासून अर्थ हिरावून घेतात, त्यात फक्त दु:ख नव्हे तर मृत्यूचादेखील समावेश आहे. मी नेहमीच हे सांगत असतो की, जीवनाचा एकमेव क्षणभंगुर पैलू संभाव्यता हा आहे, परंतु जेव्हा संभाव्यता प्रत्यक्षात उतरतात, तेव्हा त्या क्षणी वस्तुस्थिती बनतात; मग त्यांना भूतकाळात नेऊन त्यांचं जतन केलं जातं, ज्यायोगे त्यांचा क्षणभंगुरतेपासून बचाव होतो व त्या सुरक्षितपणे जपल्या जातात.

म्हणूनच आपल्या अस्तित्वाची अशाश्वतता त्याला अर्थहीन बनवत नाही. परंतु ती नक्कीच आपल्याला जबाबदारी नेमून देते; कारण क्षणभंगुर संभाव्यता आपण प्रत्यक्षात साकार करण्यावर सर्वकाही अवलंबून असतं. वर्तमानात असलेल्या अनेक संभाव्यतांमधून माणूस कायम स्वत: निवड करत असतो; यातील कोणत्या अस्तित्वात येणार नाहीत आणि कोणत्या प्रत्यक्षात साकारतील? असा कोणता पर्याय असेल जो एकदा वस्तुस्थिती बनेल व चिरंतन जतन केला जाईल? काळाच्या रेतीमध्ये कायमस्वरूपी पाऊलखुणा उमटवेल? माणसाला कोणत्याही क्षणी हे निश्चित करायचं असतं की त्याच्या अस्तित्वाचं स्मरणचिन्ह काय असेल, मग ते वाईट असो वा चांगलं.

बहुतेकदा माणूस क्षणभंगुरतेकडे लक्ष देतो आणि भूतकाळातल्या आनंदाच्या क्षणांकडे, सौंदर्याकडे दुर्लक्ष करतो. ज्यात त्याच्या सर्व कृती, त्याचे आनंद व त्याची दु:खंदेखील साठवली असतात. घडून गेलेलं काहीच बदलता येत नाही व काहीच टाकून देता येत नाही. माझं तर म्हणणं आहे की जे घडून गेलंय ते अस्तित्वाचा सर्वांत दृढ भाग आहे.

मानवी अस्तित्वाचा क्षणभंगुरता हा मूलभूत गुणधर्म ध्यानात ठेवून लोगोथेरपी निराशेकडे नेणारी नसून क्रिया करण्यास चालना देणारी आहे. हा मुद्दा मांडण्यासाठी आपल्याला असं म्हणता येईल : भिंतीवर लावलेल्या कॅलेंडरमधून दररोज एक कागद फाडताना निराशावादी माणूस घाबरेल, दु:खी होईल, कारण दिवसागणिक ते कॅलेंडर विरळ होत जातंय. याउलट जो माणूस आयुष्यातील समस्या सक्रियतेने सोडवू इच्छितो, तो कॅलेंडरचं प्रत्येक पान काळजीपूर्वक जपून ठेवेल, परंतु आधी त्या पानामागे दिवसातील महत्त्वाच्या घटनांची नोंद करेल. या सर्व पानांवर जो काही अनुभव समृद्धपणे टिपला गेलाय, जे काही आयुष्य तो परिपूर्णपणे जगलाय, याबद्दल तो आनंदाने व अभिमानाने चिंतन करू शकेल. मग तो म्हातारा होत चाललाय याचा त्याला काही फरक पडणार आहे का? तरुण व्यक्तींबद्दल असूया वाटण्याचं त्याला काही कारण आहे का किंवा आपण तरुणपण गमावलं आहे याचं दु:ख वाटण्याचं काही कारण आहे का? त्याने मत्सर का बाळगावा? त्या तरुण माणसाच्या समोर अनेक शक्यता आहेत म्हणून, त्याच्यापुढे त्याचं भविष्य आहे म्हणून? ''अजिबात नको.'' तो विचार करेल. ''त्याच्याकडे शक्यता असतील तर माझ्याकडे भूतकाळातील वस्तुस्थिती आहेत, फक्त काम केल्याची व प्रेम केल्याची वस्तुस्थिती नव्हे, तर दु:ख धीटपणे सोसल्याची वस्तुस्थिती. मला

सर्वांत जास्त अभिमान माझ्या दु:ख सोसण्याचा वाटतो व या गोष्टी समोरच्यामध्ये मत्सरही जागृत करत नाहीत.''

22

स्वातंत्र्य आणि जबाबदारी

कोणत्याही गोष्टीबद्दल एखादी ठाम भूमिका घेण्याची आपली क्षमता जेव्हा माणूस विसरतो, तेव्हा मला ते फार भयंकर वाटतं. प्रत्येक परिस्थितीत विशिष्ट पद्धतीने वागण्याचे संस्कार माणसावर झालेले नसतात तर माणूस स्वत: ठरवितो की परिस्थितीला शरण जायचं की सामना करायचा. याचाच अर्थ असा की अखेरीस माणूस हा स्वयंनिर्धारित असतो. माणूस केवळ त्याचं जीवन जगत राहतो, असं नव्हे, तर त्याचं जीवन कसं असेल, पुढच्या क्षणी त्याचं काय होईल, हे तो नेहमी स्वत: निश्चित करतो.

या दृष्टिकोनातून विचार केला तर प्रत्येक माणसाला कोणत्याही क्षणी बदलण्याचं स्वातंत्र्य आहे. माणसाच्या व्यक्तिमत्त्वाचा नेमका अंदाज लावता येत नाही. अंदाज बांधायचा झाला तर आनुवंशिक, सामाजिक किंवा मानसिक परिस्थिती विचारात घेऊन बांधावा लागेल. आणि तरीही मानवी अस्तित्वाचं एक मुख्य वैशिष्ट्य आहे ते म्हणजे या परिस्थितीवर मात करण्याची व त्याच्यापलीकडे जाऊन स्वत:ची उन्नती करण्याची क्षमता. शक्य असेल तर जगात चांगले बदल घडवून आणण्याची व आवश्यकता असेल तर स्वत:मध्ये चांगले बदल घडवून आणण्याची क्षमता माणसामध्ये आहे.

आता मी डॉ. जे.चं उदाहरण देतो, माझ्या संपूर्ण आयुष्यात तो असा एकमेव माणूस आहे ज्याला मी 'सैतान' म्हणण्याचं धाडस करीन. त्या काळात सर्वजण त्याला 'स्टाईनहॉफ'मधील (व्हिएन्नामधील सर्वांत मोठं मनोरुग्णालय) 'जनतेचा हत्यारा' या नावाने ओळखत. जेव्हा नाझींनी गॅसचेंबरची योजना आखली, तेव्हा त्याने सगळी सूत्रं आपल्या ताब्यात घेतली व तो त्याला नेमून दिलेलं काम इतक्या उत्साहाने पार पाडू लागला की, त्याने एकाही मनोरुग्णाला गॅसचेंबरपासून वाचू दिलं नाही. युद्ध संपल्यानंतर जेव्हा मी व्हिएन्नाला परत आलो, तेव्हा डॉ. जेच्या बाबतीत काय घडलं ते मी विचारलं.

''स्टाईनहॉफमधील एका अंधारकोठडीत रशियन लोकांनी त्याला डांबून

ठेवलं होतं.'' कोणीतरी मला सांगितलं. ''दुसऱ्या दिवशी मात्र त्याच्या कोठडीचं दार उघडं होतं आणि डॉ. जे गायब होता.'' नंतर माझी अशी खात्री झाली की इतरांप्रमाणेच सहकाऱ्यांच्या मदतीने त्याने दक्षिण अमेरिकेला पलायन केलं आहे.

काही महिन्यांपूर्वी ऑस्ट्रियामध्ये परराष्ट्र खात्यात काम करणारी एक व्यक्ती माझा सल्ला घेण्यासाठी आली होती. त्याने सांगितलं की अनेक वर्षे तो 'आयर्न कर्टन'मध्ये बंदिवासात होता. सुरुवातीला सायबेरीयामध्ये व नंतर मॉस्कोमधील प्रसिद्ध लुबियांका तुरुंगामध्ये. मी त्याची न्युरोलॉजीच्या दृष्टीने तपासणी करत होतो तेव्हा अचानक मला विचारलं, की मी डॉ. जेला ओळखतो का? मी होकार दिल्यावर तो पुढे सांगू लागला : ''लुबियांकामध्ये माझी त्याच्याशी ओळख झाली. वयाच्या चाळिसाव्या वर्षी मूत्रपिंडाच्या कर्करोगाने तिथेच त्याचा मृत्यू झाला. परंतु मृत्यूपूर्वी एक आदर्श साथीदार काय असतो, हे त्याने आम्हाला दाखवून दिले. त्याने प्रत्येकाचं दुःख हलकं करण्याचा प्रयत्न केला. अत्यंत उच्च नैतिक पातळीवर तो आयुष्य जगला. माझ्या अनेक वर्षांच्या तुरुंगवासात तो माझा सर्वांत जवळचा मित्र होता!'' ही होती डॉ. जे.ची गोष्ट, 'स्टाईनहॉफमधील जनतेचा हत्यारा'.

आपण माणसाच्या वर्तणुकीचा अंदाज बांधण्याचं धाडस कसं करू शकणार? एखाद्या यंत्राच्या हालचालीबाबत तर्क लावणं शक्य आहे; त्याहून अधिक म्हणजे मानवी मनाच्या यंत्रणेबद्दल, 'गतिशीलतेबद्दल' अंदाज वर्तवण्याचा प्रयत्न करता येऊ शकतो. परंतु माणूस हा त्याच्या मनापेक्षा मोठा आहे.

स्वातंत्र्य हा काही अंतिम शब्द नाही. स्वातंत्र्य हा गोष्टीचा फक्त एक भाग आहे, अर्ध सत्य आहे. स्वातंत्र्य हा संपूर्ण घडामोडीचा नकारात्मक पैलू आहे - ज्याचा सकारात्मक पैलू आहे जबाबदारी. खरंतर स्वातंत्र्याला जर जबाबदारीची जोड नसेल तर त्याचं अनियंत्रितपणामध्ये अधःपतन होण्याचा धोका अधिक असतो. म्हणूनच मी पूर्व किनाऱ्यावर असलेल्या स्वातंत्र्यदेवतेच्या पुतळ्याला पूरक असा एक जबाबदारीचा पुतळा पश्चिम किनाऱ्यावर उभारण्याचा आग्रह धरतो.

मानसिक रोगांविषयी सिद्धांत

माणसाकडून त्याचं पूर्ण स्वातंत्र्य हिरावून घेईल अशा कोणत्याही गोष्टीची कल्पना मला करता येत नाही. त्यामुळे मानसिक आजार असलेल्या व्यक्तीला अगदी अल्प प्रमाणात का होईना, स्वतंत्र्य उपलब्ध असते. खरंच रुग्णाच्या

व्यक्तिमत्त्वाच्या अगदी खोल गाभ्याला त्याचा मनोविकार स्पर्शदेखील करू शकत नाही. असाध्य मनोविकार झालेली व्यक्ती कदाचित त्याची उपयुक्तता गमवू शकेल. परंतु माणूस म्हणून असलेली प्रतिष्ठा मात्र कायम राखेल. हा माझा मानसशास्त्रीय सिद्धांत आहे. तसं नसतं तर मानसोपचार तज्ज्ञ बनण्यात काहीही तथ्य नव्हतं. कोणासाठी बनायचं? फक्त एखाद्या खराब झालेल्या मेंदूच्या यंत्रासाठी - जे दुरुस्त होऊ शकत नाही? जर रुग्णाचं अस्तित्व इतकं सीमित असतं तर कदाचित इच्छामृत्यूचं समर्थन करता आलं असतं.

मानवनिगडित मानसोपचार

बराच मोठा काळ - खरंतर मागील पन्नास-एक वर्षे मानसशास्त्राने मानवी मनाला केवळ एक यंत्रणा म्हणून समजून घेण्याचा प्रयत्न केला आणि त्याचा परिणाम म्हणजे मानसोपचार फक्त तांत्रिक पद्धतीने वापरले जायचे. मला वाटतं, ते स्वप्न आता बघून संपलं आहे. आता मात्र क्षितिजावर जे चित्र साकारतंय, ते मानसशास्त्रीय उपचारांचं नसून मानवनिगडित मानसोपचाराचं आहे.

परंतु एखादा डॉक्टर जर स्वत:ला तंत्रज्ञ समजून त्याची भूमिका पार पाडत असेल तर तो कबूल करेल की रोगापलीकडील व्यक्तीकडे पाहण्याऐवजी तो रुग्णाकडे केवळ एक यंत्र म्हणून पाहतो.

माणूस म्हणजे इतर गोष्टींसारखा नव्हे; गोष्टी एकमेकांवर अवलंबून असतात, परंतु माणसामध्ये अखेरीस स्वत: निर्णय घेण्याची क्षमता असते. परिस्थिती व क्षमता यांच्या मर्यादेत राहून तो स्वत: निश्चित करतो की त्याला काय बनायचं आहे. उदा. छळछावणीमध्ये जी अगदी जिवंत अशी एक प्रयोगशाळा होती, आम्ही प्रत्यक्ष पाहिलं की आमचे काही साथीदार अत्यंत नीचपणे वागत आहेत तर इतर काही संतांप्रमाणे वागत आहेत. माणसाच्या अंतरंगात दोन्ही शक्यता सामावलेल्या असतात; कोणती शक्यता प्रत्यक्षात साकारणार आहे, हे परिस्थितीवर नव्हे तर माणसाच्या निर्णयावर अवलंबून असतं.

आपली पिढी वास्तववादी आहे, कारण आपण माणसाला तो खराखुरा जसा आहे तसा जाणतो. शेवटी मनुष्य असं अस्तित्व आहे, ज्याने ऑस्‌विट्झच्या गॅसचेंबरचा शोध लावला; आणि तो असंही अस्तित्व आहे, ज्याने ताठ कण्याने त्या गॅसचेंबरमध्ये प्रवेश केलाय, ईश्वराची आळवणी करत...

उपसंहार

23

२७ जानेवारी २००६ या दिवशी ऑस्विट्झची छळछावणी मुक्त झाली त्या घटनेला एकसष्ट वर्षे पूर्ण झाली, ज्या छावणीमध्ये सुमारे १५ लाख लोक मृत्युमुखी पडले होते. जगभरातील देशांनी हा दिवस 'पहिला आंतरराष्ट्रीय हॉलोकास्ट स्मृतिदिन' म्हणून पाळायचं ठरवलं. काही महिन्यांनंतर ते ह्या महाभयंकर काळात लिहिलेल्या एका चिरंतन लिखाणाचा वर्धापनदिन साजरा करू शकले असते. १९४६मध्ये ते लिखाण जर्मन भाषेत 'अ सायकॉलॉजिस्ट एक्सपिअरन्सेस द कॉन्स्ट्रेशन कॅम्प' या नावाने प्रथम प्रकाशित झाले व नंतर त्याचे 'से यस टू लाईफ इन्साईट ऑफ एव्हरीथिंग' असं नामकरण झालं. पुढील आवृत्तींमध्ये लोगोथेरपीची प्रस्तावना व दुःखद आशावाद किंवा यातना, अपराधीपणा व मृत्यू, ह्या प्रसंगी आशावादी कसं राहावं, याबद्दल माहितीची पुस्ती जोडण्यात आली. या पुस्तकाचा इंग्रजी अनुवाद १९५९मध्ये 'मॅन्स सर्च फॉर मिनिंग' या नावाने प्रथम प्रकाशित झाला.

व्हिक्टर फ्रँकलच्या पुस्तकाच्या १२० लाखांपेक्षा जास्त प्रती एकूण चोवीस वेगवेगळ्या भाषांमधून विकल्या गेल्या आहेत. १९९१साली स्थापन केलेल्या 'लायब्ररी ऑफ काँग्रेस/बुक ऑफ द मंथ क्लब सर्व्हे'मध्ये वाचकांना अशा पुस्तकाचं नाव द्यायला सांगितलं, ज्याने त्यांच्या आयुष्यावर खोल ठसा उमटवला आहे. तेव्हा असं दिसून आलं की वाचकांनी 'मॅन्स सर्च फॉर मिनिंग' ह्या पुस्तकाचा समावेश अमेरिकेतील पहिल्या दहा सर्वांत प्रभावी पुस्तकांमध्ये केला आहे. धार्मिक व्यक्ती, तत्त्वज्ञानाचे अभ्यासक, मानसोपचार तज्ज्ञ, शिक्षक, विद्यार्थी व सामान्य वाचक अशा विविध क्षेत्रांतील अनेकांना ह्या पुस्तकाने प्रेरणा दिली आहे. अनेक महाविद्यालयात मानसशास्त्र, तत्त्वज्ञान, साहित्य, इतिहास, हॉलोकास्टचा अभ्यास, धर्मशास्त्र, इतिहास इ. विषयांच्या अभ्यासक्रमात या पुस्तकाचा समावेश केला आहे. या लिखाणाचा व्यापक प्रभाव व चिरंतन मूल्य याचा आणखी पुरावा काय देणार?

व्हिक्टर फ्रँकलचा १९०५साली जन्म व १९९७मध्ये मृत्यू झाल्याने त्याचं आयुष्य जवळजवळ संपूर्ण विसाव्या शतकात पसरलं होतं. वयाच्या तिसऱ्या वर्षी त्याने डॉक्टर व्हायचं ठरवलं होतं. त्याचं आत्मचरित्रपर लिखाण आहे, त्यात असा उल्लेख केला आहे की तरुणपणी ''मी आयुष्याचा अर्थ याबद्दल दररोज काही मिनिटं चिंतन करायचो. विशेषकरून पुढच्या येणाऱ्या दिवसाबद्दल व त्याचा माझ्यासाठी काय अर्थ आहे त्याबद्दल.''

कुमारवयात फ्रँकलला तत्त्वज्ञान, प्रायोगिक मानसशास्त्र व मनोविश्लेषण हे विषय आवडत. शालेय अभ्यासक्रमाबरोबर त्याने प्रौढ शिक्षणाच्या वर्गात हजर राहायला सुरुवात केली व सिगमंड फ्रॉईडबरोबर पत्रव्यवहार सुरू केला. पुढे फ्रॉईडने फ्रँकलचं ते लिखाण आंतरराष्ट्रीय जर्नल ऑफ सायकोॲनालिसिस यांच्याकडे पाठवलं. तो लेख त्यांनी स्वीकार केला व नंतर प्रकाशित केला. तेव्हा फ्रँकलचं वय अवघं सोळा वर्षांचं होतं. तेव्हा प्रौढ व्यक्तींसाठी असलेल्या तत्त्वज्ञानावरच्या एका कार्यशाळेत त्याने भाग घेतला. तेथील प्रशिक्षकाने फ्रँकलची प्रगल्भ बुद्धिमत्ता ओळखून त्याला जीवनाचा अर्थ या विषयावर भाषण देण्यासाठी आमंत्रित केलं. फ्रँकलने श्रोतृवर्गाला हे सांगितलं, ''आयुष्य आपल्याला जे प्रश्न विचारतो, त्याचं उत्तर आपण स्वत:च द्यायला हवं आणि – आपण आपल्या अस्तित्वाप्रति जबाबदार बनून फक्त ह्या प्रश्नांची उत्तर देऊ शकतो.'' हा सिद्धांत फ्रँकलच्या वैयक्तिक जीवनाचा व व्यावसायिक ओळखीचा आधारस्तंभ बनले.

फ्रॉईडच्या विचारप्रणालीने प्रभावित होऊन फ्रँकलने शाळेत असतानाच मनोविकार तज्ज्ञ होण्याचं ठरवलं. बरोबरच्या एका मित्राने त्याला सांगितलं की तुला सर्वांना मदत करण्याची देणगी लाभलेली आहे. या घटनेतून प्रेरित झालेल्या फ्रँकलच्या ध्यानात येऊ लागलं होतं की, त्याच्याकडे फक्त मनोविकारांचं निदान करण्याचं कौशल्य नसून लोकांना कोणती गोष्ट प्रेरणा देते हे शोधण्याचंदेखील कौशल्य आहे.

सल्ला देण्याचं पहिलं काम फ्रँकलने स्वत:हून सुरू केलं – त्याने व्हिएन्नामध्ये तरुणांसाठी पहिलं सल्लाकेंद्र स्थापन केलं आणि त्यांच्या समस्यांवर काम केलं. १९३० ते १९३७ पर्यंत त्याने व्हिएन्नामधील युनिव्हर्सिटी क्लिनिकमध्ये मानसोपचार तज्ज्ञाचं काम करत आत्मघाती पेशंटची देखभाल केली. नैराश्य व मानसिक आजार याने ग्रस्त असूनदेखील पेशंटला आपलं आयुष्य कसं अर्थपूर्ण बनवता येईल, याचं मार्गदर्शन त्याने दिलं. १९३९मध्ये रॉथ्सचाईल्ड हॉस्पिटल जे व्हिएन्नामधील एकमेव

ज्यू हॉस्पिटल होतं, त्यातील न्यूरोलॉजी विभागाचा तो प्रमुख होता.

युद्धाच्या सुरुवातीच्या काळात रॉथ्सचाईल्डमध्ये केलेल्या कामगिरीमुळे त्याच्यावर व कुटुंबीयांवर हद्दपार होण्याची वेळ आली नाही, परंतु जेव्हा नॅशनल सोशालिस्ट सरकारने ते हॉस्पिटल बंद केलं; तेव्हा फ्रँकलच्या लक्षात आलं की त्याच्यासमोर मृत्यूच्या छावणीत धाडलं जाण्याचं भयंकर संकट उभं आहे. १९४२मध्ये व्हिएन्नामधील अमेरिकन कॉन्सुलेटने असं सूचित केलं की, अमेरिकेला कायम वास्तव्य करण्याचा व्हिसा त्याला मिळू शकतो. ऑस्ट्रियामधून पलायन केलं असतं तर लोगोथेरपीवरील पुस्तक पूर्ण करणं त्याला शक्य झालं असतं, तरीही त्याने व्हिसा सोडून देण्याचं ठरवलं : त्याला असं वाटलं की आपल्या वयस्कर आईवडिलांसाठी आपण व्हिएन्नाला राहायला हवं. सप्टेंबर १९४२मध्ये फ्रँकल व त्याच्या कुटुंबीयांना अटक झाली व हद्दपार करण्यात आलं. फ्रँकलने पुढची तीन वर्षं चार वेगवेगळ्या छळछावणींमध्ये घालवली - थेरेसिएन्स्टेड, ऑसविट्झ-विरकैनौ, कॉफरिंग व तुर्केहेम, जो डकाव छावणीच्या परिसराचा भाग होता.

याची विशेष दखल घ्यायला हवी की, 'मॅन्स सर्च फॉर मिनिंग' लिहिण्यामागे फ्रँकलचा बंदिवास ही एकमेव प्रेरणा नव्हती. त्याला छावणीमध्ये धाडण्यापूर्वीच त्याने अशी विचारधारा सूत्रबद्ध करायला सुरुवात केली होती की, उद्दिष्टाचा शोध घेणं ही मानसिक आरोग्य व मानवी उन्नतीची गुरुकिल्ली आहे. एक कैदी म्हणून त्याच्यावर स्वत:च्या आयुष्यातील उद्दिष्ट पडताळून बघण्याची जबाबदारी अचानक लादली गेली. त्याची जगण्याची ऊर्मी, स्वसंरक्षणाची त्याची सहजप्रेरणा, मानवीपणाच्या काही उदात्त कृती व त्याचा चतुरपणा या सर्व गोष्टींचा एकत्रित परिणाम म्हणून त्याचं जगणं शक्य झालं; अर्थातच ते नशिबावरसुद्धा अवलंबून होतं. उदा. त्याला कोणत्या छावणीत धाडण्यात येतंय, रखवालदारांची वृत्ती, स्वभाव आणि सहजतेने घेतलेले काही निर्णय - कोणत्या रांगेत उभं राहायचं व कोणावर विश्वास ठेवायचा.

मात्र छावणीतील मानहानी व अभाव सहन करण्यासाठी अजून कशाचीतरी आवश्यकता होती. उदा. उपजत असलेला आशावाद, विनोदबुद्धी, मानसिक अलिप्तता, एकांताचे काही क्षण, आंतरिक स्वातंत्र्य व आत्महत्या न करणं किंवा हार न मानणं यासाठी लागणारा निग्रह. फ्रँकलने सतत अद्वितीय अशा मानवी क्षमतेमधून खूप काही मिळवलं. त्याला उमगलं की भविष्यासाठी त्याने आता

तग धरण्याचा प्रयत्न करायला हवा. आणि त्याच्या पत्नीच्या प्रेमळ आठवणी व लोगोथेरपीवरील त्याचं पुस्तक पूर्ण करण्याची दुर्दम्य इच्छा या गोष्टींतून त्याने जगण्यासाठी बळ मिळवलं. निसर्ग व कला यांतील सौंदर्याची त्याला जी झलक मिळाली, त्यातही त्याला अर्थ जाणवला. सर्वांत महत्त्वाचं म्हणजे त्याच्या लक्षात आलं की काहीही घडलं तरी, स्वत:च्या दु:खाला कसा प्रतिसाद द्यायचा याची निवड करण्याचं स्वातंत्र्य पूर्णपणे त्याच्याकडे आहे. त्याला दिसलं की हा केवळ एक पर्याय नाही तर प्रत्येक माणसाची 'तो ज्या पद्धतीने त्याचा भार सोसणार आहे' ते निवड करण्याची जबबदारी आहे.

काही वेळा फ्रँकलच्या कल्पना प्रेरणादायी आहेत, विशेष करून जेव्हा तो समजावतो की कशा प्रकारे अर्धांगवायू झालेले व मरणासन्न रुग्ण आपल्या नशिबाचा स्वीकार करतात. तर काही कल्पना महत्त्वाकांक्षा जागृत करतात, जेव्हा तो ठामपणे सांगतो की स्वत: निवडलेल्या ध्येयासाठी प्रयत्न व संघर्ष करून माणसाचं आयुष्य अर्थपूर्ण बनतं. तो दाखवून देतो की कशा प्रकारे अस्तित्वाच्या नैराश्यामुळे एका दु:खी राजकारणी व्यक्तीला नवीन व आनंददायी करियर शोधणं भाग पडलं व ते शोधण्याची प्रेरणा मिळाली.

'एखादी व्यक्ती जशी आहे व जशी बनायला हवी यांतील अंतर' आणि 'माणूस जबाबदार असतो व त्याने त्याच्या जीवनाचं संभाव्य उद्दिष्ट प्रत्यक्षात आणायला हवं' या दोन कल्पनांकडे लक्ष वेधून घेण्यासाठी फ्रँकलने नैतिक उपदेशाचासुद्धा उपयोग केला आहे. तो म्हणतो, स्वातंत्र्य व जबाबदारी एका नाण्याच्या दोन बाजू आहेत. अमेरिकेतील श्रोतृवर्गाशी बोलताना त्याला हे उदाहरण द्यायला आवडायचं. ''मी असा आग्रह धरेन की पूर्व किनाऱ्यावर असलेल्या स्वातंत्र्यदेवतेच्या पुतळ्याला पूरक असा 'जबाबदारीचा पुतळा' पश्चिम किनाऱ्यावर उभारावा.'' त्याचं म्हणणं आहे की व्यक्तिगत उद्दिष्ट साध्य करण्यासाठी एखाद्याने स्वत:च्या सुखापलीकडे जाऊन कोणासाठी किंवा काहीतरी केलं पाहिजे... एखाद्या उदात्त कार्यासाठी स्वत:ला पूर्णपणे झोकून देत किंवा एखाद्याच्या प्रेमात सर्वस्व देणं.

अमेरिकेला सुरक्षितपणे स्थलांतर करणं शक्य असतानादेखील त्याने आई-वडिलांची देखभाल करता यावी म्हणून व्हिएन्नाला राहण्याचा पर्याय निवडला. तो आणि त्याचे वडील एकाच छळछावणीत असल्यामुळे त्याच्या वडिलांच्या वेदना शमविण्यासाठी आवश्यक असलेलं मॉर्फिन तो मिळवू शकला

व त्यांच्या अंतसमयी त्यांच्यासोबत राहू शकला.

वडिलांच्या मृत्यूनंतर जेव्हा फ्रँकलला दुःख व वैयक्तिक हानी यांचा सामना करावा लागला, तेव्हासुद्धा त्याचा आशावाद उदंड होता, सतत जीवनाबद्दल उत्साह बाळगल्यामुळे त्याला असं विश्वासपूर्वक म्हणता आलं की आशा व सकारात्मक ऊर्जेमुळे आव्हानांचं रूपांतर यशामध्ये करणं शक्य आहे. 'मॅन्स सर्च फॉर मिनिंग' ह्या पुस्तकात त्यानी हेसुद्धा म्हटलं आहे की जीवनाचा अर्थ शोधण्यासाठी दुःख आवश्यक नाही परंतु 'दुःख असतानादेखील आयुष्याचा अर्थ असणं शक्य आहे.' खरंतर तो पुढे हेदेखील म्हणतो की 'आवश्यकता नसताना दुःख सहन करणं हे म्हणजे वीरता नसून स्वतःला क्लेष देण्यात आनंद मानण्याच्या विकृतीसारखं आहे.'

१९६०च्या सुमारास तत्त्वज्ञानाचा एक प्राध्यापक म्हणून मी 'मॅन्स सर्च फॉर मिनिंग' पहिल्यांदा वाचलं. नॉर्वेमधील एक तत्त्वज्ञ ज्याला नाझी छळछावणीमध्ये बंदी करण्यात आलं होतं, त्याने हे पुस्तक माझ्या नजरेस आणून दिलं. माझ्या ह्या सहकाऱ्याने मला सांगितलं की स्वतःचं आंतरिक स्वातंत्र्य जोपासणं, निसर्ग, साहित्य, काव्य, कला यातील सौंदर्याचं मोल जाणणं आणि कुटुंबीय व मित्रपरिवार यांच्याबद्दल प्रेम, जिव्हाळा वाटणं यांचं महत्त्व फ्रँकलला जाणवलं होतं आणि फ्रँकलच्या या मताशी तो पूर्णपणे सहमत आहे. त्याचप्रमाणे इतर काही वैयक्तिक आवडीनिवडी, कृती, नातेसंबंध, छंद व अगदी छोटे साधे आनंद हेसुद्धा जीवनाला अर्थ देऊ शकतात. मग का बरं काही लोकांना आंतरिक पोकळी इतक्या प्रकर्षानं जाणवते?

फ्रँकलचा सुज्ञपणा इथे लक्षात घ्यायला हवा : आयुष्यातील जी छोटीमोठी आव्हानं आहेत, संधी आहेत, त्याच्याबद्दलचा एखाद्याचा दृष्टिकोन कसा आहे ते सर्वांत महत्त्वाचं आहे. सकारात्मक दृष्टिकोन असेल तर माणसाला दुःख व निराशा पचवणं शक्य होतं आणि त्याचबरोबर आयुष्यात आनंद व समाधान वृद्धिंगत करणंसुद्धा सोपं जातं. नकारात्मक वृत्तीने मात्र दुःख तीव्र होतं व निराशा गहिरी होत जाते. आनंद, सुख, समाधान ह्यांना कमी लेखलं जातं व त्याचं महत्त्व कमी होत जातं; ही वृत्ती सतत बाळगल्यास नैराश्य किंवा शारीरिक आजार संभावण्याचा धोका असतो.

माझा सहकारी मित्र नॉर्मन कझिन्स अथकपणे आरोग्य जोपासण्यासाठी

सकारात्मक भावनांचं महत्त्व यांचं समर्थन करत असे. आणि तो असा धोक्याचा इशारा देत असे की, नकारात्मक भावनांमुळे आरोग्याला हानी संभवते. कझिन्सचा दृष्टिकोन खूप साधा-सोपा आहे अशी काहींनी त्याच्यावर टीका केली परंतु सायकोन्युरोइम्युनोलोजी क्षेत्रात नंतर झालेल्या संशोधनाने सकारात्मक भावना, दृष्टिकोन व आशा-आकांक्षा आपल्या रोगप्रतिकारशक्तीला सशक्त करतात ह्या गोष्टीला दुजोरा दिला. ह्या संशोधनाने फ्रँकलच्या समजुतीलाही पाठबळ दिलं. 'जीवघेण्या आव्हानांपासून ते दैनंदिन जीवनातील सर्व घटनांकडे पाहण्याचा आपला दृष्टिकोन आपल्या आयुष्याचं उद्दिष्ट साकार करत असतो. फ्रँकलने ज्या सुगम सत्याचं इतक्या उत्कटपणे समर्थन केलंय. ते सत्य काळजीपूर्वक ऐकणाऱ्या प्रत्येकासाठी अत्यंत महत्त्वाचं असू शकतं.

मनुष्य जे काही पर्याय निवडतो, ते अकृतिशील नसून कृतिशील असायला हवेत. वैयक्तिक पर्याय निवडताना आपण आपल्या स्वायत्ततेला पुष्टी देत असतो. ''माणूस म्हणजे इतर गोष्टींसारखा नव्हे; गोष्टी एकमेकांवर अवलंबून असतात, परंतु माणसामध्ये अखेरीस स्वत: निर्णय घेण्याची क्षमता असते. परिस्थिती व क्षमता यांच्या मर्यादेत राहून तो स्वत: निश्चित करतो की त्याला काय बनायचं आहे.'' फ्रँकलने लिहिलंय, उदा. योम किप्पूरच्या युद्धात दोन्ही पाय गमावलेल्या एका तरुण इस्रायली सैनिकाला वैफल्याने पूर्णपणे ग्रासले होते. तो निराशेच्या गर्तेत पार बुडाला होता व आत्महत्येचा विचार त्याच्या मनात घोळत होता. एक दिवस अचानक त्याच्या मित्राच्या लक्षात आलं की त्याचा दृष्टिकोन बदलून तो अगदी शांत, आशावादी झाला आहे. सैनिकाने आपल्यात झालेल्या बदलाचं श्रेय 'मॅन्स सर्च फॉर मिनिंग' ह्या पुस्तकाला दिलं. फ्रँकलला जेव्हा ह्या सैनिकाविषयी समजलं, तेव्हा त्याने विचार केला''वाचनामुळे मानसिक आजारातून बरं होणं अशी काही गोष्ट अस्तित्वात आहे का?'

'मॅन्स सर्च फॉर मिनिंग'चा मोठ्या वाचकवर्गावर इतका जबरदस्त प्रभाव का पडलाय, ह्या प्रश्नाचं उत्तर फ्रँकलच्या विधानात सामावलेलं आहे. ज्या व्यक्ती अस्तित्वाबाबत आव्हानांचा सामना करत असतात, ते कुटुंबीय, मित्रपरिवार, मानसोपचार तज्ज्ञ, धार्मिक गुरू यांपैकी कोणाचंतरी मार्गदर्शन, सल्ला घेतात. कधीतरी तो सल्ला उपयुक्त ठरतो, तर कधी व्यर्थ जातो. ज्या व्यक्तीला कठीण पर्यायातून निवड करायची असते त्याला ह्या गोष्टींचं पूर्णपणे आकलन होत नाही, की तो निर्णय घेण्यात, ती आवश्यक असलेली कृती करण्यात त्यांचा स्वत:चा

दृष्टिकोन, वृत्ती किती अडथळा निर्माण करतंय. आयुष्यातील महत्त्वाच्या प्रश्नांची उत्तरं शोधणाऱ्या वाचकांना फ्रँकल एक गंभीर इशारा देतो: तो लोकांना काय करा ते सांगत नाही, परंतु त्यांनी ते का केलं पाहिजे, ते सांगतो.

१९४५ साली तुर्कहेम छावणीमधून मुक्त झाल्यावर, जिथे टायफसने त्याचा जवळजवळ बळी घेतला होता – फ्रँकलच्या लक्षात आलं की तो अगदी एकटा आहे. १९४५च्या ऑगस्टमध्ये व्हिएन्नामध्ये परत आल्यावर पहिल्याच दिवशी त्याला समजलं की त्याची गरोदर पत्नी टिली, बरजेन–बेलसेन छळछावणीमध्ये उपासमारीने किंवा कसल्याशा आजाराने मृत्यू पावली होती आणि दुर्दैवाने त्याचे आईवडील, भाऊ सर्वजण वेगवेगळ्या छावण्यांमध्ये गतप्राण झाले होते. ही खूप मोठी वैयक्तिक हानी पचवत व त्याचबरोबर अटळ असणाऱ्या नैराश्यावर मात करत तो व्हिएन्नामध्येच राहिला व त्याने मानसोपचार तज्ज्ञ म्हणून आपला व्यवसाय पुन्हा सुरू केला. इतर अनेक ज्यू मानसोपचार तज्ज्ञांनी किंवा मनोविश्लेषण तज्ज्ञांनी दुसऱ्या देशात स्थलांतर केलं होतं.

त्यामुळे फ्रँकलने निवडलेला पर्याय अगदी असामान्य होता. त्याच्या या निर्णयामागे अनेक कारणं असू शकतात. फ्रँकलला व्हिएन्नाबद्दल खूप जिव्हाळ्याचा ऋणानुबंध जाणवला, विशेषतः मनोरुग्णांबद्दल, ज्यांना युद्धानंतरच्या काळात उपचारांची आवश्यकता होती. सूड घेण्यापेक्षा सलोखा करण्यात त्याचा ठाम विश्वास होता. तो म्हणाला, ''माझ्याशी कोणी चांगलं वागलं तर ते मी कधीच विसरत नाही. आणि वाईट वागलं तर त्याचा राग मी कधी लक्षात ठेवत नाही.'' सामूहिक अपराधीपणाची कल्पना त्याने धुडकावून लावली. फ्रँकल ह्या गोष्टीचा स्वीकार करू शकला की व्हिएन्नामधील त्याचे सहकारी व शेजारी यांना त्याच्यावर झालेल्या अत्याचाराची कल्पना होती किंवा कदाचित त्यामध्ये त्यांचा हातदेखील होता.

फ्रँकलने त्यांना कधीच दोषी मानलं नाही की त्यांनी बंड पुकारलं नाही किंवा वीरगती पत्करली नाही. याउलट त्याचा या संकल्पनेवर ठाम विश्वास होता की एखाद्या नीच नाझी गुन्हेगारामध्ये किंवा ठार वेड्या माणसामध्येदेखील योग्य पर्याय जबाबदारपणे निवडून दुष्टपणा किंवा वेडेपणाच्या पलीकडे जाण्याची शक्यता दडलेली असते. त्याने स्वत:ला पूर्णपणे त्याच्या कामामध्ये झोकून दिलं. पहिल्यांदा छावणीमध्ये धाडण्यात आल्यावर त्याचं जे पुस्तक नष्ट झालं होतं, ते १९४६मध्ये त्याची सुधारित आवृत्ती त्याने पुन्हा तयार केली (द डॉक्टर अँड द सोल)

आणि त्याच वर्षी फक्त नऊ दिवसात त्याने 'मॅन्स सर्च फॉर मिनिंग' लिहिलं. त्याला अशी आशा होती की आपल्या लिखाणाद्वारे तो स्वत:पासून, समाजापासून दुरावलेल्या, अस्वस्थ असलेल्या अनेकजणांना बरं करू शकतो, ज्यांना 'आंतरिक रिक्तपणा' किंवा 'अंतरंगातील पोकळी' याने ग्रासलं आहे. कदाचित ह्या कामात व्यस्त राहिल्यामुळे फ्रँकलला स्वत:च्या आयुष्याचा अर्थ पुन:प्रस्थापित करता आला.

दोन वर्षांनंतर त्याने एलिनॉर श्विंड हिच्याशी लग्न केलं, त्याच्या पहिल्या पत्नीप्रमाणे हीदेखील नर्स होती. परंतु टिली ज्यू होती, तर एलिनॉर कॅथालिक होती. हा जरी निव्वळ योगायोग असला तरी व्हिक्टर फ्रँकलचं वैशिष्ट्य होतं की, तो माणसांचा मनापासून स्वीकार करत असे. मग त्यांची धार्मिक किंवा धर्मनिरपेक्ष मतं काहीही असोत. प्रत्येक माणसाचं अद्वितीयत्व, प्रतिष्ठा याबद्दल फ्रँकलला वाटणारी दृढ निष्ठा या गोष्टीतून स्पष्ट दिसून येते की, फ्रॉईड व ॲडलर यांच्या तत्त्वज्ञानविषयक व मानसशास्त्रासंबंधी सिद्धान्तांशी जरी तो सहमत नसला, तरी त्या व्यक्तींबद्दल त्याला खूप आदर होता. अनेक तत्त्ववेत्त्यांशी असलेले व्यक्तिगत नातेसंबंध फ्रँकलला मोलाचे होते. जरी त्यांची विचारप्रणाली त्यांच्यापेक्षा पूर्णपणे भिन्न होती. उदा. मार्टीन डाइडेगर (जे सुरुवातीला नाझींचे समर्थन करायचे, मात्र नंतर बदलले), कार्ल जेस्पर्स (सामूहिक अपराधीपणा याचे समर्थक) आणि गॅब्रिएल मार्सेल (कॅथालिक तत्त्ववेत्ता व लेखक) एक मानसोपचार तज्ज्ञ म्हणून फ्रँकलने आपल्या धार्मिक समजुतींचा थेट संदर्भ देणं टाळलं. त्याला नेहमीच हे म्हणायला आवडायचं, की आत्म्याला बरं करणं हे मानसशास्त्राचं ध्येय आहे आणि आत्म्याचा उद्धार करण्याचं काम धर्मावर सोडून द्यायला हवं.

व्हिएन्ना पॉलिक्लिनिक हॉस्पिटलच्या न्युरोलॉजी विभागाचा प्रमुख म्हणून त्याने पंचवीस वर्षे काम केलं. त्याने व्यावसायिक व सामान्य वाचकांसाठी तीसपेक्षा अधिक पुस्तके लिहिली. युरोप, अमेरिका, ऑस्ट्रेलिया, आशिया व आफ्रिका सर्वत्र त्याने भाषणं दिली. हॉवर्ड, स्टॅनफोर्ड व पिट्सबर्ग ह्या विद्यापीठात त्याने प्राध्यापकाचं पद भूषविलं आणि सॅंडियागो येथील यु. एस. आंतरराष्ट्रीय विद्यापीठात त्याने लोगोथेरपीचा प्रतिष्ठित प्राध्यापक म्हणून काम केलं. त्याने राजकारणी, पोप पॉल (सहावे) यांच्यासारखे जागतिक नेते, तत्त्ववेत्ते, शिक्षक, विद्यार्थी अशा अनेक जणांच्या भेटी घेतल्या, ज्यांनी त्याची पुस्तकं वाचली होती व त्यापासून प्रेरणा मिळवली होती. वयाच्या नव्वदाव्या वर्षीसुद्धा फ्रँकलने

जगभरातील अनेकांशी संवाद ठेवला होता व प्रत्येक आठवड्यात त्याच्या येणाऱ्या शेकडो पत्रांना तो स्वत: उत्तरे देत होता. एकोणतीस विद्यापीठांनी पदवी देऊन त्याचा गौरव केला आणि अमेरिकन साएकॅट्रिक असोसिएशनने 'ऑस्कर फिस्टर' ॲवॉर्ड देऊन त्याचा सन्मान केला.

लोगोथेरपी हे मानसोपचार तंत्र विकसित करण्याचं श्रेय फ्रँकलला दिलं जातं. या तंत्रामध्ये अस्तित्वासंबंधी विश्लेषण करून पेशंटना त्यांच्या भावनिक समस्या सोडविण्यासाठी साहाय्य केलं जातं. फ्रँकलने अनेक तज्ज्ञांना प्रेरणा दिली की, त्यांनी पेशंटचा भूतकाळ किंवा वर्तमानकाळातील समस्या यांच्यापलीकडे जाऊन परिपूर्ण भविष्यकाळासाठी सुयोग्य पर्याय निवडून त्याची जबाबदारी घेण्यासाठी पेशंटना साहाय्य केलं पाहिजे. मानसोपचार तज्ज्ञांच्या पुढील अनेक पिढ्यांनी त्याच्या मानवतावादी अंतर्ज्ञानापासून प्रेरणा मिळवली आणि फ्रँकलचं विपुल लिखाण, बुद्धीला चालना देणारी भाषणं व मंत्रमुग्ध करणारं व्यक्तिमत्त्व यामुळे त्याचा प्रभाव वाढला. त्याने अधिकृत तत्त्वप्रणाली विकसित न करता तज्ज्ञांना अस्तित्वासाठी विश्लेषणाचा सर्जनशील उपयोग करण्याचं उत्तेजन दिलं. त्याचं असं म्हणणं होतं की काल्पनिक सिद्धान्तांचा आधार घेण्याऐवजी मानसोपचार तज्ज्ञाने पेशंटच्या वैयक्तिक विशिष्ट गरजांकडे लक्ष पुरवलं पाहिजे.

कामामध्ये खूप व्यग्र असूनसुद्धा फ्रँकल विमान चालवणे व गिर्यारोहण या त्याच्या अत्यंत प्रिय छंदासाठी वेळ काढत असे. गमतीने तो असं म्हणत असे की फ्रॉईड व एडलर यांचं 'खोलातील मानसशास्त्र' जे व्यक्तीच्या भूतकाळामध्ये व त्याच्या अजागृत इच्छा, सहज प्रवृत्ती यांची सखोल चौकशी करण्याकडे भर देतं, यापेक्षा तो जे 'उंचीवरील मानसशास्त्र' ही पद्धत अनुसरतो. ती अगदी विरुद्ध आहे, कारण यामध्ये व्यक्तीचा भविष्यकाळ व त्याचे जागरूक निर्णय व कृती याकडे लक्ष केंद्रित केलं जातं. त्याचा मानसोपचाराचा दृष्टिकोन या गोष्टीला महत्त्व देतो की, लोकांना 'स्व'च्या पलीकडे जाऊन जीवनाचं उद्दिष्ट साध्य करण्यात नवीन उंची गाठण्यासाठी साहाय्य केलं पाहिजे – सकारात्मक प्रयत्न, तंत्र, मर्यादांचा स्वीकार व सुज्ञ निर्णय यांचा प्रयोग करून आपलं उद्दिष्ट साध्य करण्यासाठी आवश्यक असलेलं निवडस्वातंत्र्य आपल्याकडे आहे व आपण ते वापरायला हवं, याची लोकांना जाणीव करून देणं हे फ्रँकलचं ध्येय होतं. 'दु:खद आशावाद' याविषयी तो आपल्याला सावध करतो की, ''ह्या जगाची स्थिती वाईट आहे, परंतु आपल्यापैकी प्रत्येकाने मनापासून प्रयत्न केले नाही तर ती स्थिती अजून

बिघडेल.''

एकदा फ्रँकलला त्याच्या स्वत:च्या आयुष्याचा अर्थ एका वाक्यात व्यक्त करण्यास सांगितलं गेलं. त्याने त्याचं उत्तर एका कागदावर लिहिलं आणि त्याच्या विद्यार्थ्यांना उत्तराविषयी अंदाज बांधायला सांगितला. काही क्षण शांततेत गेल्यावर विद्यार्थ्यांनी फ्रँकलला आश्चर्याचा धक्का दिला व म्हणाले, ''तुझ्या आयुष्याचं उद्दिष्ट हे आहे की दुसऱ्यांना त्यांच्या आयुष्याचं उद्दिष्ट शोधण्यात मदत करणं.''

''अगदी बरोबर,'' फ्रँकल म्हणाला. ''हेच नेमके शब्द मी लिहिले होते.''

– विल्यम जे विन्सलेड

विल्यम जे विन्सलेड हा तत्त्वज्ञ, वकील व मनोविश्लेषण तज्ज्ञ असून तो गॅलवेस्टन येथील युनिव्हर्सिटी ऑफ टेक्सस मेडिकल ब्रँच व युनिव्हर्सिटी ऑफ ह्युस्टन लॉ सेंटर येथे मानसशास्त्र, वैद्यकीय नैतिकता व वैद्यकीय न्यायतत्त्वशास्त्र हे विषय शिकवतो.

निवडक लेखन

24

विल्हेम व सेटफा बॉर्नर यांना लिहिलेलं पत्र

सप्टेंबर १४, १९४५

प्रिय मित्रांनो,

व्हिएन्नाला येऊन मला चार आठवडे झाले आणि शेवटी आता तुम्हाला पत्र लिहिण्याची संधी मिळाली. परंतु माझ्याकडे तुम्हाला देण्यासाठी फक्त वाईट बातम्या आहेत : म्युनिकहून निघण्यापूर्वी मला समजलं की माझ्या आईला माझ्यानंतर एका आठवड्यानी ऑसविट्झला धाडण्यात आलं. त्याचा अर्थ काय आहे, हे तुम्हाला चांगलं ठाऊक आहे. आणि व्हिएन्नाला परतल्यावर लगेचच मला बातमी मिळाली की माझी पत्नीदेखील मृत्यू पावली आहे. तिला आधी ऑस्‌विट्झला पाठविण्यात आलं व तेथून ब्रेसलावमधील ट्रेचेनबर्गच्या खंदकात काम करण्यासाठी धाडण्यात आलं. आणि मग बरजेन-बेलसेनच्या कुप्रसिद्ध छळछावणीमध्ये. तिथे स्त्रियांना 'महाभयंकर, अवर्णनीय यातना' सोसाव्या लागल्या, असं टिलीच्या एका मैत्रिणीच्या पत्रात म्हटलं आहे. त्या पत्रात टिलीचं नाव टायफसने मृत्युमुखी पडलेल्यांच्या यादीमध्ये होतं. (हे पत्र बरजेन-बेलसेनमधील एकमेव वाचलेल्या व्यक्तीने लिहिलं आहे, जी पूर्वी हॉस्पिटलमध्ये नर्सचं काम करायची.) तेथील 'अवर्णनीय यातनांचं' चित्र माझ्यासोर उभं करण्यात आलं. परंतु मला त्याची पुनरावृत्ती करायची नाही.

आता मी अगदी एकाकी आहे. ज्यांनी माझ्यासारखं दुर्दैव भोगलं नाही, ते मला समजून घेऊ शकणार नाहीत. मी प्रचंड थकलेलो आहे, अत्यंत दु:खी आहे. मला उमेद वाटेल किंवा भीती वाटेल असं जगात काहीही नाही. माझ्या आयुष्यात कोणताही आनंद नाही. फक्त कर्तव्ये आहेत आणि मी सदसद्‌विवेक बुद्धीनुसार जगतोय... आणि म्हणूनच मी स्वत:ला पुन:प्रस्थापित केलंय आणि

मी माझं हस्तलिखित पुन्हा तयार करतोय, प्रकाशनासाठी व माझ्या स्वत:च्या पुनर्वसनासाठी, माझ्या काही जुन्या मित्रांनी मला दिलेलं प्रोत्साहन हृदयाला स्पर्शून जाणारं आहे. परंतु कोणतंही यश मला आनंदी करू शकणार नाही, सर्वकाही वजनरहित आहे, पोकळ आहे, माझ्या नजरेत व्यर्थ आहे. मला सगळ्यांपासून एक अलिप्तता जाणवते. त्या सर्व गोष्टींमध्ये काहीही अर्थ वाटत नाही. माझ्या सर्वांत प्रिय व्यक्ती परतल्या नाहीत (माझ्या सर्वांत जवळच्या मित्राचा - हबर्ट सुर याचा शिरच्छेद करण्यात आला.) आणि त्या मला एकटं सोडून गेल्या.

छावणीमध्ये असताना आम्हाला असं वाटायचं की, आम्ही सर्वांत तळाचा बिंदू गाठला आहे. आणि नंतर जेव्हा आमची सुटका झाली, तेव्हा आम्हाला दिसलं की काहीच बचावलं नाही, ज्या गोष्टींच्या आशेवर आम्ही तग धरला होता, त्या उद्ध्वस्त झाल्या होत्या. आमच्या लक्षात आलं की एकीकडे आम्ही पुन्हा माणूस बनण्याचा प्रयत्न करत होतो व त्याचवेळी दु:खाच्या खोल गर्तेत पडत होतो. अतोनात क्लेश सोसत होतो. आता करण्यासारखं फारसं काहीच उरलं नाही. थोडं रडू शकतो आणि अधूनमधून 'साम' वाचू शकतो.

तुम्हाला कदाचित मी हास्यास्पद वाटेन, कदाचित माझा राग येईल, परंतु मी स्वत:चं म्हणणं अजिबात नाकबूल करत नाहीए आणि मला आता हे जे काही वाटतंय त्यामुळे माझा जीवनाबद्दलचा सकारात्मक दृष्टिकोन बदलला नाहीये. खरंतर माझा सकारात्मक दृष्टिकोन दगडाइतका बळकट नसता, तर गेल्या काही आठवड्यांमध्ये माझं काय झालं असतं? किंवा छावणीमधील त्या बिकट परिस्थितीत माझा कसा निभाव लागला असता? परंतु आता मला गोष्टी व्यापक मितीमध्ये पाहता येतात. मला अधिकाधिक जाणवतं की जीवन किती अर्थपूर्ण आहे, दु:खामध्ये - अगदी अपयशामध्येसुद्धा अर्थ सामावलेला आहे, आणि मला फक्त ह्या गोष्टीचा दिलासा वाटतो - मी मोकळ्या मनाने हे म्हणू शकतो, ज्या ज्या संधी माझ्यासमोर सादर झाल्या, त्या मी प्रत्यक्ष साकारल्या, म्हणजे मला म्हणायचं आहे की मी त्यांना वस्तुस्थितीत उतरवलं. टिलीशी माझा जो अल्पकाळ विवाह झाला होता, त्याबाबतीतसुद्धा हे विधान सत्य आहे. आम्ही जे एकत्र अनुभवलं, ते पुसून टाकता येणार नाही. ते होऊन गेलंय, पण हे घडून गेलेलं अस्तित्वाचं सर्वांत जास्त शाश्वत रूप आहे.

आणि शेवटी काही आनंदाच्या बातम्या : वॅली लुफर जिवंत आहे आणि व्हिएन्नामध्ये सुखरूप आहे. तो इथे 'यु-नोट' (बेकायदेशीर) बनून लपून राहिला

होता! स्टेला, माझे सासरे व माझा मेव्हणा गुस्ताव डी. ग्रोसर यांना हळूहळू सत्य कसं उघड करायचं, हे मी तुमच्यावर सोपवत आहे. दुर्दैवाने वॉल्टरदेखील बहुधा ऑस्विट्झमध्ये मृत्यू पावला आणि टिलीची मावशी वेसर हिने आपला पती व्हिएन्नाला शेवटच्या दिवसांत झालेल्या गोळीबारात गमावला. तुम्ही यूजीन हॉफमेन, एल्सी कुफरबर्ग व थिया किसमॅन यांच्या संपर्कात आहात का? आणि तुम्हाला बर्मनकडून माझं दुसरं पत्र मिळालं का? माफ करा, माझ्या पत्राचा मजकूर ओघवता नाही. त्याचं कारण म्हणजे सर्जरी करताना जसा वेळ मिळेल तसं थोडं थोडं लिहून मी ते पूर्ण केलंय.

खूप साऱ्या शुभेच्छा!

तुमचा मित्र व्हिक्टर

25

तुर्कहेम छळछावणी, बवेरिया

मुक्त होऊन चाळीस वर्षे झाली त्या दिवशीचं भाषण

एप्रिल २७, १९८५

सन्माननीय अतिथीगण,

सर्वप्रथम मला येथे आमंत्रित करून तुम्ही माझा जो सन्मान केला आहे, त्याबद्दल मी आपला अत्यंत आभारी आहे. तुम्ही मला बोलण्याचं सामर्थ्य देऊ केलंय आणि त्यामुळे मी मृतांच्या वतीनेदेखील बोलणार आहे. माझं जन्मस्थान व्हिएन्ना आहे. परंतु तुर्कहेमला माझा पुर्नजन्म झाला. माझं आयुष्य अर्धं संपल्यावर झालेला पुर्नजन्म. काही दिवसांपूर्वी मी ऐंशी वर्षांचा झालो आणि माझ्या चाळिसाव्या वाढदिवशी मी तुर्कहेम छळछावणीमध्ये होतो. माझ्या वाढदिवसाच्या दिवशी ही भेटवस्तू होती की अनेक आठवडे टायफसच्या तापामध्ये घालविल्यानंतर मला प्रथमच तापापासून सुटका मिळाली.

म्हणूनच माझ्या पहिल्या शुभेच्छा माझ्या मृत साथीदारांना आहेत. परंतु माझे पहिले धन्यवाद या महाविद्यालयीन विद्यार्थ्यांना आहेत, ज्यांनी हे स्मारक उभारलं. आणि मृत व्यक्ती ज्यांना हे स्मारक समर्पित केलंय, त्यांच्या वतीनेदेखील मी विद्यार्थ्यांचे आभार मानतो. परंतु मला त्क्या सर्व व्यक्तींचे आभार मानावयाचे आहेत, ज्यांनी आम्हाला मुक्त केलं, ज्यांनी आमचे प्राण वाचवले आणि मला तुम्हाला एक छोटी गोष्ट सांगायची आहे.

काही वर्षांपूर्वी मी टेक्सासच्या राजधानीत तेथील विद्यापीठात भाषण देण्यासाठी गेलो होतो व विषय होता लोगोथेरपी मानसोपचार पद्धत, जी मी विकसित केली आहे. तेथील महापौरांनी मला माननीय नागरिकत्व बहाल केलं. तेव्हा मी म्हणालो की, मला हे पद बहाल करण्याऐवजी मी त्याला माननीय लोगोथेरपी तज्ज्ञ हे पद बहाल करायला हवं. कारण टेक्सासमधील तरुणांनी जीवावर उदार होऊन व काहींनी अक्षरश: प्राण गमावून २७ एप्रिल १९४५या दिवशी आम्हाला मुक्त केलं नसतं, तर व्हिक्टर फ्रँकल लोगोथेरपी सांगायला

हयात नसता. माझं निवेदन ऐकल्यावर महापौरांच्या डोळ्यांत अश्रू जमा झाले.

आता मला तुर्कहेमच्या लोकांचेदेखील आभार मानायचे आहेत. जेव्हा जेव्हा मी कॅलिफोर्नियातील युनायटेड स्टेटस् इंटरनॅशनल युनिव्हर्सिटीमध्ये त्या सत्रांचा शेवटचा तास घेतो, तेव्हा विद्यार्थ्यांच्या विनंतीला मान देऊन काही स्लाईडस् दाखवतो : छावण्यांचे फोटो जे मी युद्धसमाप्तीनंतर काढले आणि नेहमी मी त्यांना शेवटी ही स्लाईड दाखवत असे, जी रेल्वे बांधाच्या दुसऱ्या बाजूने घेतली होती – ज्यात एका मोठ्या फार्महाउसचा पुढचा भाग दिसत होता व जिथे त्या घरात राहणाऱ्या सर्व मंडळींना मी एकत्र बोलावलं होतं. हे असे लोक होते ज्यांनी युद्धाच्या शेवटच्या काही दिवसांत आपल्या जीवावर उदार होऊन छावणीतून पळून आलेल्या हंगेरियन ज्यू मुलींना घरात लपवलं होतं. ह्या स्लाईडच्याद्वारे मला दाखवून द्यायचं होतं की माझा गाढ विश्वास कोणता आहे – आणि तो विश्वास युद्धानंतर अगदी पहिल्या दिवसापासून कायम आहे. तो विश्वास म्हणजे सामूहिक अपराधीपणाची भावना अशी गोष्ट अस्तित्वात नाही. त्यामुळे गतकाळातील अपराधीपणाची भावना म्हणजे पालकांनी किंवा आजीआजोबांच्या पिढीने केलेल्या कृत्यासाठी कोणालातरी जबाबदार धरणे ही गोष्ट तर सोडूनच द्या.

अपराधीपणा फक्त वैयक्तिक असू शकतो – आपण स्वत: केलेलं कृत्य किंवा न केलेलं. दुर्लक्ष केलेलं कृत्य यासाठी वाटणारा अपराधीपणा. परंतु तरीही आपण संबंधित व्यक्तींना वाटणारी भीती समजून घेतली पाहिजे – त्यांचं स्वातंत्र्य गमाविण्याची भीती, जीवाची भीती आणि महत्त्वाचं म्हणजे त्यांच्या कुटुंबीयांची चिंता. अर्थातच अशा काही व्यक्ती आहेत, ज्यांनी स्वत:च्या तत्त्वांशी प्रतारणा करण्याऐवजी छळछावणीत जाणं पसंत केलंय. परंतु अशा धैर्याची अपेक्षा फक्त स्वत:कडून करता येते, दुसऱ्याकडून नव्हे. किंवा जास्तीत जास्त अशा माणसाकडून अपेक्षा केली जाऊ शकते, ज्यानी सिद्ध केलं की तडजोड करण्यापेक्षा तो छळछावणीत जाणं पसंत करेल, परंतु जे दूर देशात सुरक्षित ठिकाणी आहेत, त्यांनी इतरांकडून संधिसाधूपणा सोडून मृत्यूचा पर्याय निवडावा अशी अपेक्षा करू नये. आणि हे लक्षात घ्या : जे छळछावणीमध्ये बंदी होते, त्यांची मतं तितकीशी जहाल नसतात, ज्या लोकांना इतरत्र स्थलांतर करून स्वातंत्र्य मिळविता आलं, त्या व्यक्तींपेक्षा किंवा ज्या व्यक्ती बऱ्याच दशकांनंतर जन्माला आल्या त्यांच्यापेक्षा.

सरतेशेवटी मला अशा एका व्यक्तीचे आभार मानायचे आहेत जो दुर्दैवाने आजच्या आभारप्रदर्शनाच्या कार्यक्रमाला उपस्थित राहू शकला नाही. ती व्यक्ती

आहे तुर्कहेम छावणीचा कमांडंट हेरर हॉफमन. मला तो आजही माझ्यासमोर उभा असलेला दिसतोय. कॉफरिंग ३ छावणीमधून आमची रवानगी इथे झाली होती – कपड्यांची लक्तरं झाली होती, थंडीने गारठून गेलो होतो. पांघरुणं नव्हती. आमची अवस्था पाहून तो इतका भयभीत झाला, की त्याने तोंडाचा पट्टा सुरू केला. अजून एक गोष्ट आम्हाला नंतर समजली की ती हीच व्यक्ती होती, जिने गुप्तपणे आपल्या ज्यू तुरुंगवासीयांसाठी स्वत:च्या पैशातून औषधं आणली.

तुर्कहेममधील ज्या मंडळींनी आम्हा छावणीवासीयांना मदत केली होती, त्यांना मी काही वर्षांपूर्वी गावातील एका हॉटेलमध्ये आमंत्रित केलं होतं; त्या वेळी मला हेरर हॉफमन यांनाही बोलवायचं होतं, परंतु तेव्हा समजलं की काही दिवसांपूर्वीच त्यांचं निधन झाले. गावातील एक आध्यात्मिक गुरू ज्यांना तुम्ही सर्वजण निश्चितच ओळखत असणार (त्यादरम्यान त्यांचाही मृत्यू झाला.) त्यांच्याकडून मला समजलं की हेरर हॉफमन यांना त्यांच्या अंतापर्यंत आत्मनिंदेनी ग्रासलं होतं. ज्याची अजिबात आवश्यकता नव्हती. मला शक्य असतं, तर त्याचं दु:ख हलकं करण्याचा प्रयत्न मी अगदी आनंदाने केला असता.

आता तुम्ही नक्कीच आक्षेप घ्याल व म्हणाल की, हेरर हॉफमनसारख्या व्यक्ती अपवाद आहेत. असतीलही, परंतु त्याच तर महत्त्वाच्या आहेत. निदान प्रश्न जेव्हा समजून घेण्याचा, माफ करण्याचा, सलोखा करण्याचा असतो तेव्हा. आणि मला वाटतं, माझं हे बोलणं योग्यच आहे कारण सुप्रसिद्ध दिवंगत रब्बी लिओ बेक यांनी फार पूर्वी १९४५मध्ये – विचार करा १९४५मध्ये – 'सलोखा घडवून आणण्यासाठी प्रार्थना' लिहिली होती, ज्यात त्यांनी स्पष्टपणे लिहिलं होतं. 'फक्त चांगुलपणा महत्त्वाचा असेल!'

आणि तुम्ही जर माझ्या निदर्शनास हे आणून देणार असाल, की चांगुलपणा खूप कमी होता तर उत्तरादाखल मी तुम्हाला दुसरा एक महान ज्यू विचारवंत तत्त्वज्ञ बेनेडिक्टस डी. स्पिनोझा याच्या 'इथिक्स' ह्या प्रबंधातील निष्कर्ष काढणाऱ्या शब्दांचा दाखला देऊ शकतो : जे जे महान आहे, ते अत्यंत दुर्मीळ आहे व अतिशय अवघड आहे. खरंतर माझा स्वत:चा यावर विश्वास आहे की सज्जन माणसं अल्पसंख्येमध्ये असतात, नेहमीच होती व नेहमीच असणार आहेत. परंतु यात नवीन असं काही नाही. ज्यू पुराणामध्ये एक आख्यायिका आहे, ज्यानुसार विश्वाचं अस्तित्व फक्त छत्तीस – त्याहून अधिक नव्हे – सद्वर्तनी व्यक्तींवर अवलंबून आहे. नक्की किती व्यक्ती आहेत ते मला सांगता येणार नाही, परंतु

मला खात्री आहे की तुर्कहेममध्ये तशा व्यक्ती होत्या व अजूनही सद्वर्तनी व्यक्ती आहेत. आता जेव्हा आपण तुर्कहेम छावणीतील दिवंगत व्यक्तींचे स्मरण करत आहोत, तेव्हा त्या मृतांच्या वतीने मी तुर्कहेममधील सद्गुणी व्यक्तींचे आभार मानतो.

26

हिटलरच्या आक्रमणाला पन्नास वर्षे पूर्ण झाली, त्याप्रसंगी केलेलं भाषण

१० मार्च १९८८, राथौस्प्लात्झ, व्हिएन्ना

बंधू आणि भगिनींनो,

ह्या घडीला जेव्हा मी माझ्या कुटुंबीयांच्या स्मृतीला उजाळा देत आहे, तेव्हा मला तुमची साथ लाभेल अशी मी आशा करतो – माझ्या वडिलांचा मृत्यू थेरेसिएन्स्टेड छावणीमध्ये झाला; माझ्या भावाने ऑस्‌विट्झमध्ये प्राण गमावले; माझ्या आईला ऑस्‌विट्झच्या गॅसचेंबरमध्ये ठार मारण्यात आलं आणि माझी पहिली पत्नी – तिने बरजेन–बेलसेन येथे आपला जीव गमावला. आणि तरीही माझ्याकडून द्वेषाचा एकही शब्द उच्चारला जाणार नाही, असं मी म्हणेन. मी कोणाचा द्वेष करू? ज्यांच्यावर अत्याचार झाले त्यांना मी ओळखतो, परंतु गुन्हेगारांना मी ओळखत नाही – व्यक्तिशः तरी नाही – आणि लोकांना सामूहिकरीत्या अपराधी मानायला मी तयार नाही. सामूहिक अपराध अस्तित्वातच नसतो आणि हे मी आज म्हणत नाहीए. परंतु छळछावणीतून माझी सुटका झाल्या दिवसापासून मी हेच म्हणतोय – आणि त्या दिवसांमध्ये सामूहिक अपराधाच्या कल्पनेला खुलेपणानं विरोध करणं निश्चितच मोठ्या धाडसाचं काम होतं.

अपराधीपणाची भावना ही फक्त वैयक्तिक असू शकते – मी स्वतः काहीतरी केलं किंवा मी काहीतरी करू शकलो नाही. त्याबद्दल अपराधीपणा! परंतु इतर कोणी काही केलं, त्याबद्दल मला अपराधी वाटू शकत नाही. मग ते माझे आईवडील असतील किंवा आजी–आजोबा असतील. आणि मला असं वाटतं, आजच्या ऑस्ट्रियातील लहान बालकांपासून पन्नास वर्षांच्या व्यक्तींमध्ये गतकाळातील सामूहिक अपराधांबद्दल शरमेची भावना निर्माण करण्याचा प्रयत्न करणं हा गुन्हा आहे व वेडेपणा आहे. किंवा मानसशास्त्राच्या भाषेत मांडायचं झालं तर हा वेडेपणा नसता तर याला गुन्ह्याचा दर्जा देता आला असता. म्हणजे नाझींचं 'कुटुंबीयांचं उत्तरदायित्व' ही कल्पना होती, त्याची अगदी परतफेड करणं आणि मला असं वाटतं, पूर्वी ज्यांना सामूहिक छळ सोसावा लागला ते सर्वप्रथम माझ्याशी सहमत होतील. नाहीतर असं होईल की तरुण पिढीला नवीन किंवा

जुन्या नाझी मंडळींच्या हाती सोपविल्यासारखं होईल.

आता मी पुन्हा माझी छावणीतून सुटका झाली तिकडे वळतो : त्या वेळी जे पहिलं वाहन मिळालं त्याने प्रवास करून मी व्हिएन्नाला परतलो. मधल्या काळात माझ्या अमेरिकेला ६३ वेळा फेऱ्या झाल्या; परंतु प्रत्येक वेळा मी ऑस्ट्रियाला परतलो. येथील लोकांचं माझ्यावर विशेष प्रेम आहे म्हणून नव्हे, तर माझं ऑस्ट्रियावर खूप खूप प्रेम आहे आणि आपल्याला माहीत आहे प्रेम हे नेहमी परतफेडीच्या अपेक्षेनं केलं जात नाही. मी अमेरिकेत असताना तेथील लोक मला विचारतात, ''युद्ध होण्यापूर्वी तुम्ही आमच्याकडे का आला नाहीत? तुम्हाला इतक्या यातना सोसाव्या लागल्या नसत्या.'' आणि मग मी त्यांना समजावून सांगतो की व्हिसा मिळविण्यासाठी मला अनेक वर्षं थांबावं लागलं व शेवटी जेव्हा व्हिसा आला तेव्हा खूप उशीर झाला होता. कारण युद्ध सुरू असताना माझ्या वयस्कर आईवडिलांना त्यांच्या नशिबाच्या हवाली सोडून येणं मला जमलं नाही. मग अमेरिकन लोक मला विचारतात, ''ठीक आहे. युद्ध संपल्यानंतर तरी तुम्ही इथे कां नाही आलात? व्हिएन्नामधील लोकांनी तुमच्याबरोबर व कुटुंबीयांबरोबर जे काही केलं ते पुरेसं झालं नाही का?''

मग मी लोकांना हे सांगतो, ''व्हिएन्नामध्ये एक कॅथलिक जहागीरदारीण बाई होत्या, ज्यांनी स्वत:चं आयुष्य धोक्यात घालून माझ्या एका भावाला 'यु-बोट' म्हणून घरी लपवलं व त्याचे प्राण वाचवले. आणि व्हिएन्नामध्ये एक समाजवादी विचारसरणीचा वकील होता - जो खूप मोठा धोका पत्करून जेव्हा शक्य होईल तेव्हा मला गुप्तपणे खाद्यपदार्थ पोहोचवायचा. - तो कोण आहे ठाऊक आहे तुम्हाला? - ब्रुनो पिटरमन, जो पुढे ऑस्ट्रियाचा उप-पंतप्रधान झाला. आता मी अमेरिकन लोकांना विचारतो की, मी ह्या शहरात का परत येऊ नये जिथे अशी भली माणसं राहतात?''

बंधु आणि भगिनींनो, मला तुमचा प्रतिसाद ऐकू येतोय : ''हे सगळं ठीक आहे परंतु तुम्ही दिलेली उदाहरणं अपवाद आहेत - नियम नव्हे. आणि नियम असा आहे की लोक संधिसाधू असतात - लोकांनी विरोध करायला हवा होता. बंधुभगिनींनो, तुमचं म्हणणं बरोबर आहे, पण हे ध्यानात घ्या : विरोध करण्यासाठी अंगी धैर्य असायला हवं आणि माझं असं मत आहे की, आपण धैर्याची अपेक्षा फक्त एका व्यक्तीकडून करू शकतो व ती व्यक्ती आहे... स्वत: आपण! आणि जो माणूस म्हणतो की, नाझींना साथ देण्यापेक्षा एखाद्याने तुरुंगात जाणं पसंत

करायला हवं – त्याने स्वत:च्या उदाहरणातून आपलं म्हणणं सिद्ध करायला हवं. आणि लक्षात घ्या : छळछावणीत गेलेल्या व्यक्तींची संधिसाधू व्यक्तींबद्दल मत बहुधा मवाळ असतात – परदेशी स्थायिक झालेल्या व्यक्तींपेक्षा नक्कीच मवाळ.

आता नवीन पिढीला याची कशी कल्पना येईल की, लोक किती घाबरले होते, स्वत:च्या स्वातंत्र्यासाठी, आयुष्यासाठी, कुटुंबीयांच्या सुरक्षिततेसाठी, ज्यांची जबाबदारी त्यांच्यावर होती. अशांसाठी किती चिंताग्रस्त होते, भीतीने कापत होते. त्यामुळे ज्यांनी नाझींविरोधी चळवळींमध्ये सामील होण्याचं धाडस दाखविलं, त्यांचं आपण खूप जास्त कौतुक करायला हवं. मला इथे माझा मित्र हबर्ट सूर याची आठवण होतेय, ज्याला लष्कराच्या सूचना न पाळल्यामुळे मृत्यूला सामोरं जावं लागलं, त्याचा शिरच्छेद करण्यात आला.

नॅशनल सोशॅलिझम पार्टीने वंशवादाला खतपाणी घातलं. वास्तविकपणे फक्त दोन वंश अस्तित्वात आहेत, एक म्हणजे सभ्य लोकांचा 'वंश' आणि जे लोक सभ्य नाहीत अशांचा 'वंश'. आणि ही विभागणी सर्व देशांच्या बाबतीत लागू आहे व प्रत्येक देशाच्या सर्व राजकीय पक्षाच्या बाबतीत लागू आहे. अगदी छळछावणीमध्येसुद्धा थोडी फार सभ्य मंडळी नाझी सैनिकांमध्ये होती – तसंच कैद्यांमध्येही एक-दोन बदमाष होते. कॅपोस तर काही विचारू नका.

सभ्य लोक अल्पसंख्येत असतात आणि ते नेहमीच अल्पसंख्येत होते व पुढेही तसेच राहणार, या गोष्टीचा आपण स्वीकार केला पाहिजे. धोका फक्त निर्माण होतो जेव्हा देशाची राजकीय यंत्रणा ह्या असभ्य लोकांना – जे देशासाठी अहितकारी आहेत त्यांना – उच्च पदावर नेऊन ठेवते. आणि कोणत्याही देशाला याबाबतीत सुरक्षाकवच उपलब्ध नाही. याचाच अर्थ असा होतो की कोणत्याही देशात होलोकॉस्ट घडू शकतं! ह्या विधानाच्या समर्थनासाठी सामाजिक मानसशास्त्र ह्या क्षेत्रात केलेल्या प्रयोगांचे खळबळजनक परिणाम आपल्याला पाहता येतील. या कामाचं श्रेय एका अमेरिकन व्यक्तीला आहे व त्या प्रयोगांना 'मिलग्राम एक्स्पेरिमेंट' म्हणून ओळखलं जातं.

या सर्व गोष्टींमधून राजकीय क्षेत्रात आपल्याला काही निष्कर्ष काढायचे असतील तर आपण गृहीत धरायला पाहिजे की राजकारणाच्या मुळात फक्त दोन पद्धती आहेत किंवा अजून स्पष्ट शब्दांत म्हणजे राजकारणी व्यक्ती फक्त दोन प्रकारात मोडतात : पहिला म्हणजे त्यांचा विश्वास असतो की उद्दिष्ट महत्त्वाचं

आहे. मग ते साध्य करण्यासाठी कोणताही मार्ग घेतला तरी चालेल. परंतु दुसऱ्या प्रकारच्या राजकारणी व्यक्तींना माहीत असतं की असे काही मार्ग आहेत, जे पवित्र उद्दिष्टाचं पावित्र्यभंग करू शकतात. आणि या प्रकारच्या राजकारणी व्यक्तींवर माझा विश्वास आहे. १९८८च्या कोलाहलात, वर्तमानाच्या अपेक्षा उंचावल्या असताना, आक्रमणाला पन्नास वर्षे पूर्ण झाली असताना, मला विश्वास वाटतो की सुज्ञतेचा आवाज ऐकणं शक्य आहे आणि मनात सद्भावना बाळगणाऱ्या व्यक्ती मृत्यू व मतभेद यांना न जुमानता एकमेकांना मदतीचा हात पुढे करतील.

लक्ष देऊन ऐकल्याबद्दल मन:पूर्वक आभार.

शब्दावली

ऑस्‌विट्झ : एक अत्यंत प्राणघातक छळछावणी. आजच्या पोलंडमध्ये स्थित होती. ही ऑस्‌विट्झ निरकेनो ह्या नावानेदेखील ओळखली जाते.

अँटी-सेमिटिसम्‌ : ज्यू लोकांच्या विरोधात दूषित पूर्वग्रह.

बरजेन-बेलसेन : उत्तर जर्मनीतील एक छळछावणी, जी अन्नाची कमतरता व स्वच्छतेचा अभाव यासाठी कुप्रसिद्ध होती.

फ्रँकलची पहिली पत्नी टिली, १९४४मध्ये ह्या छावणीत मृत्यू पावली.

कॅपो : छावणीमधील कैदी, ज्याला इतर कैद्यांच्या लादलेल्या श्रमकार्यावर देखरेख करण्याची जबाबदारी सोपविण्यात आली होती. (आहे)

छळाच्या/मृत्यूच्या छावण्या : अशा जागा जिथे नाझींनी ज्यू व इतर अल्पसंख्याकांना कैद करून ठेवलं होतं व मृत्युदंड दिला होता.

डकाव : दक्षिण जर्मनीमध्ये असलेली एक छळछावणी.

गॅसचेंबर : अशी खोली ज्यामध्ये होलोकॉस्टच्या कैद्यांना विषारी वायू सोडून ठार मारण्यात येत असे.

गेस्टोपो : नाझी जर्मनीचं गुप्त पोलीस खातं, जे नाझींच्या तथाकथित विरोधकांना स्वत:चा निशाणा बनवीत असत.

होलोकॉस्ट : नाझींकडून जवळजवळ साठ लाख ज्यू व इतर लाखो पीडितांचा नरसंहार झाला, त्याचं वर्णन करण्यासाठी वापरण्यात आलेला शब्दप्रयोग.

कुफरिंग : जर्मनीमध्ये असलेली डकावची उपछावणी. १९४४मध्ये फ्रँकलला इथे कैद करण्यात आलं होतं.

नाझी जर्मनी : जो 'थर्ड राईश' म्हणूनसुद्धा ओळखला जातो. ह्या जर्मनीवर ॲडॉल्फ हिटलरचा पूर्ण ताबा होता आणि वंशवाद, ज्यूंविषयी दूषित पूर्वग्रह व जुलूमशाही

ही याची खासियत होती. नाझी पार्टी अधिकृतपणे नॅशनल सोशालिस्ट पार्टी म्हणून ओळखली जायची.

एस. एस. : ही नाझींची लष्करी संघटना होती, जी ॲडॉल्फ हिटलरसाठी संशयितांवर पाळत ठेवायची, त्यांना अटक करायची व मृत्युदंड द्यायची.

थेरेसिएन्स्टेड : ही छळछावणी आत्ताच्या झेकोस्लोवाकियामध्ये स्थित होती. ऑस्‌विट्झ, कुफरिंग व तुर्कहेम छावण्यांमध्ये पाठविण्यापूर्वी फ्रँकलला या छावणीत कैद केलं होतं.

तुर्कहेम : ही डकाव छावणीची उपछावणी होती. १९४३मध्ये अमेरिकन सैनिकांनी ही छावणी मुक्त करण्यापूर्वी फ्रँकल येथे बंदिस्त होता.

होलोकॉस्ट व व्हिक्टर फ्रँकल याच्या आयुष्याचा घटनाक्रम

१९०५ : २६ मार्च रोजी व्हिक्टर ई. फ्रँकल याचा जन्म ऑस्ट्रियामधील व्हिएन्ना येथे झाला.

१९२८-२९ : फ्रँकल याने व्हिएन्ना व इतर सहा शहरांतील किशोरवयीन मुलांसाठी नि:शुल्क समुपदेशन आयोजित केलं. त्याने सायकॅट्रीक युनिव्हर्सिटी क्लिनिकमध्ये काम करायला सुरुवात केली.

१९३० : फ्रँकलला वैद्यकशास्त्रामध्ये सर्वोत्तम पदवी देऊन गौरविण्यात आलं.

१९३३ : फ्रँकलला सायकॅट्रिक क्लिनिकमध्ये आत्मघातकी स्त्रियांच्या विभागाचा प्रमुख बनविण्यात आलं. ह्या वर्षी ३० जानेवारीला ॲडॉल्फ हिटलर जर्मनीचा चान्सलर बनला. १ एप्रिलला नाझींनी ज्यू-मालकीच्या व्यवसायांवर राष्ट्रव्यापी बहिष्कार जाहीर केला. १० मेला नाझी समर्थकांनी संपूर्ण जर्मनीमध्ये सार्वजनिक रॅली घेऊन ज्यूंनी व राजकीय विरोधकांनी लिहिलेली पुस्तके जाळली.

१९३५ : नाझी सरकारने राईश नागरिकत्वाच्या कायद्याचं फर्मान काढलं. ज्यात ज्यू लोकांचं जर्मन नागरिकत्व रद्द करण्यात आलं. जर्मन वंश व सन्मान यांच्या संरक्षणार्थ कायदा लागू करण्यात आला. ज्यामध्ये ज्यू व जर्मन किंवा संबंधित वंशाच्या व्यक्तींना आंतरजातीय विवाह करण्यास बंदी घालण्यात आली.

१९३७ : फ्रँकलने न्युरोलॉजी व सायकोलॉजीमध्ये स्वत:ची प्रॅक्टिस सुरू केली.

१९३८ : जर्मन सैन्यानी ऑस्ट्रियामध्ये प्रवेश केला; ऑस्ट्रियाला जर्मन राईशमध्ये विलीन करण्यात आलं. राष्ट्रव्यापी दंगे झाले (ज्याला 'नाईट ऑफ ब्रोकन ग्लास' असंही म्हणतात). ज्यात नाझी व त्यांच्या सहकाऱ्यांनी ज्यू प्रार्थनास्थळं जाळून टाकली. ज्यू

लोकांची घरं व दुकानं लुटून नेली. या दंग्यांमध्ये कमीतकमी ९१ लोक मारले गेले. साधारण ३० हजार ज्यू पुरुषांना अटक करण्यात आली व त्यांना डकाव, साकसेन-हॉर्सन, बुचेनवाल व माऊथौसेन येथील छळछावण्यांमध्ये कैद करण्यात आलं.

१९३९ : फ्रँकलला अमेरिकेला जाण्याचा व्हिसा मिळला परंतु आपल्या वयस्कर आईवडिलांच्या काळजीपुढे फ्रँकलने ऑस्ट्रियातच राहण्याचे ठरवले व व्हिसा रद्द झाला. मार्च १५ला जर्मन सैन्याने जमीन काबिज केली; सप्टेंबर १ला जर्मन सैन्याने पोलंडवर आक्रमण केलं व परिणामी दुसऱ्या महायुद्धाची सुरुवात झाली.

१९४० : फ्रँकलला रोथ्सचाईल्ड हॉस्पिटलच्या न्युरोलॉजी विभागाचं प्रमुख बनवलं गेलं. जे नाझी शासनाच्या पुढील दोन वर्षांच्या काळात व्हिएन्नामधील ज्यूंसाठी एकमेव हॉस्पिटल होतं.

१९४१ : फ्रँकलचा विवाह त्याची पहिली पत्नी टिली ग्रोसर हिच्याबरोबर झाला. २२ जून रोजी जर्मनी व त्याचे मित्र देश यांनी सोव्हिएट युनियनवर आक्रमण केले. इंसत्जग्रुपपेन ह्या जर्मन हत्या पथकावर सीमारेषेपलीकडील ज्यूंना शोधून त्यांची हत्या करण्याचं काम सोपवण्यात आलं. शुट्झस्टाफेल किंवा एसएस गटाने ऑस्‌विट्झमध्ये पहिल्यांदा विषारी वायूने हत्या करण्याचा प्रयोग केला.

१९४२ : फ्रँकलला त्याची पत्नी, वडील, आई व भाऊ यांच्यासह अटक करण्यात आली आणि जर्मनव्याप्त झेकोस्लोवाकियामधील थेरेसिएस्टेड छळछावणीत पाठवण्यात आलं. त्याच्या वडिलांचा उपासमारीने मृत्यू झाला. जानेवारी २० रोजी वरिष्ठ नाझी अधिकारी 'अंतिम उपाययोजना' या विषयावर चर्चा करण्यासाठी एकत्र आले. संपूर्ण युरोपभर ज्यूंची वंशहत्या करण्याची त्यांची योजना होती.

१९४४ : फ्रँकलची टिलीसमवेत ऑस्‌विट्झला रवानगी झाली. एका आठवड्यानंतर त्याच्या आईला धाडण्यात आलं व लगेचच गॅसचेंबरमध्ये ठार मारण्यात आलं. टिलीला जर्मनीच्या बरजेन-बेलसेन छळछावणीमध्ये पाठविण्यात आलं, जिथे

तिने वयाच्या चोविसाव्या वर्षी प्राण गमावले. नंतर फ्रँकलला व्हिएन्नामधून पुढे कुफरिंग व तुर्कहेम छळछावण्यांमध्ये पाठविण्यात आलं.

१९४५ : फ्रँकलला छळछावणीतून मुक्त करण्यात आलं व तो व्हिएन्नाला परतला. जिथे त्याला प्रियजनांच्या मृत्यूची बातमी मिळाली. एप्रिल ३० रोजी हिटलरने बर्लिन येथे आत्महत्या केली; सप्टेंबर २ला दुसऱ्या महायुद्धाचा अधिकृतरीत्या शेवट झाला. 'न्युरेम्बर्ग ट्रायल' सुरू झाली आणि होलोकॉस्टमध्ये केलेल्या गुन्ह्यांबद्दल अनेक नाझी नेत्यांवर खटला चालवला गेला.

१९४६ : फ्रँकल 'व्हिएन्ना न्युरोलॉजीकल पॉलिक्लिनिक'चा संचालक बनला व पुढे पंचवीस वर्षे त्यानं हे पद सांभाळलं. त्याने 'फ्रॉम डेथ कँप टू एग्झिस्टेंशिअॅलियस्म' या पुस्तकाची जर्मन आवृत्ती प्रकाशित केली. ज्या पुस्तकाला नंतर 'मॅन्स सर्च फॉर मिनिंग' हे शीर्षक देण्यात आलं.

१९४७ : फ्रँकलने एलेनॉर 'एली' श्विंड्ट हिच्याशी लग्न केलं आणि त्यांना एक मुलगी झाली, जिचं नाव गॅब्रिएला आहे.

१९४८ : फ्रँकलला तत्त्वज्ञानात डॉक्टरेटची पदवी प्राप्त झाली व त्याला युनिव्हर्सिटी ऑफ व्हिएन्नामध्ये न्युरोलॉजी व मानसशास्त्र विभागाचा सहयोगी प्राध्यापक बनवलं.

१९५४ : लंडन, हॉलंड व अर्जेंटिना येथील युनिव्हर्सिटींमधून फ्रँकलला भाषण देण्यासाठी आमंत्रित करण्यात आलं. अमेरिकेतील प्रख्यात मानसोपचार तज्ज्ञ, फ्रँकल व त्याच्या कामाची प्रशंसा करू लागले.

१९५९ : 'फ्रॉम डेथ कँप टू एग्झिस्टेंशिअॅलिसम' हे पुस्तक इंग्रजीत प्रकाशित झालं.

१९६० : फ्रँकल हॉवर्ड युनिव्हर्सिटीमध्ये अतिथी प्राध्यापक बनला.

१९६३ : 'फ्रॉम डेथ कँप टू एग्झिस्टेंशिअॅलिसम' ह्या पुस्तकाला 'मॅन्स सर्च फॉर मिनिंग' हे नवीन शीर्षक देऊन प्रकाशित केलं.

१९६६-७२ : फ्रँकलने अनेक युनिव्हर्सिटीसाठी अतिथी प्राध्यापकाचं पद स्वीकारलं व अमेरिकेत सर्वत्र तो शिकवू लागला.

१९८८ : हिटलरच्या आक्रमणाला ५० वर्षे पूर्ण झाल्याच्या स्मरणार्थ व्हिएन्नामध्ये आयोजित केलेल्या कार्यक्रमात फ्रँकलने अत्यंत प्रभावी भाषण केलं.

१९९७ : वयाच्या ९२व्या वर्षी फ्रँकलचा हृदयविकाराच्या झटक्याने मृत्यू झाला.

हे पुस्तक वाचल्यानंतर आपला अभिप्राय कृपया या mail ID *वर अवश्य पाठवा.*

books.feedback@tejgyan.org

सरश्री - अल्प परिचय

स्वीकार मुद्रा

सरश्रींचा आध्यात्मिक शोधाचा प्रवास त्यांच्या बालपणापासूनच सुरू झाला होता. हा शोध सुरू असतानाच त्यांनी अनेक प्रकारच्या पुस्तकांचं अध्ययन केलं. त्याचबरोबर या शोधकाळात त्यांनी अनेक ध्यानपद्धतींचा अभ्यासही केला. त्यांच्यातील या जिज्ञासेने त्यांना अनेक वैचारिक आणि शैक्षणिक संस्थांमध्ये जाण्यासाठी प्रेरित केलं. जीवनाचं रहस्य समजण्यासाठी त्यांनी **प्रदीर्घ काळ मनन करून आपलं शोधकार्य सातत्याने सुरू ठेवलं. या शोधातूनच त्यांना 'आत्मबोध' प्राप्त झाला.** आत्मसाक्षात्कारानंतर त्यांना जाणवलं, की **अध्यात्माचा प्रत्येक मार्ग ज्या शृंखलेने जोडलेला आहे, तो म्हणजे 'समज' (Understanding).**

आत्मबोधप्राप्तीनंतर त्यांनी अध्यापनाचं कार्य थांबवलं आणि जवळ जवळ दोन दशकांहूनही अधिक काळ आपलं समस्त जीवन मानवजातीच्या कल्याणासाठी आणि आध्यात्मिक विकासासाठी अर्पण केलं.

सरश्री म्हणतात, ''सत्यप्राप्तीच्या सर्व मार्गांचा प्रारंभ जरी वेगवेगळ्या मार्गांनी होत असला, तरी सर्वांचा अंत मात्र एकच समज प्राप्त केल्याने होतो. ही **'समज'च सर्व काही असून ती स्वतःमध्ये परिपूर्ण आहे.** आध्यात्मिक ज्ञानप्राप्तीसाठी या 'समजे'चं श्रवणच पुरेसं आहे.'' ही समज प्रकाशमान करण्यासाठी आजपर्यंत त्यांनी आध्यात्मिक विषयांवर **चार हजारांहून अधिक प्रवचनं दिली आहेत.** या प्रवचनांद्वारे ते अध्यात्मातील अतिशय गहन संकल्पना सहज, सुलभ आणि व्यावहारिक भाषेत समजावून सांगतात. समाजातील प्रत्येक स्तरावरील मनुष्य सरश्रींद्वारे सांगितल्या जाणाऱ्या या समजेचा लाभ घेऊ शकतो. त्यासाठी कोणत्याही धर्म, जात, उपजात, वर्ण, पंथ वा लिंग यांचं बंधन नसतं. विश्वाच्या प्रत्येक कानाकोपऱ्यांतील लोक आज 'तेजज्ञान'च्या अनोख्या ज्ञानप्रणालीचा लाभ घेत आहेत. याच व्यवस्थेचा आणखी एक महत्त्वपूर्ण भाग म्हणजे, **दररोज सकाळी आणि रात्री ९ वाजून ९ मिनिटांनी लाखो लोक विश्वशांतीसाठी प्रार्थना करत आहेत.**

सरश्री – अल्प परिचय

सरश्री तेजज्ञान यूट्यूब चैनल

तेजज्ञान फाउंडेशन - परिचय

तेजज्ञान फाउंडेशन आत्मविकासातून आत्मसाक्षात्कार प्राप्त करण्याचा एक मार्ग आहे. यासाठी सरश्रींद्वारा एक अनोखी बोधप्रणाली (System for Wisdom) निर्माण झाली आहे. या प्रणालीला आंतरराष्ट्रीय प्रमाणपत्राद्वारे ISO 9001:2015च्या आवश्यकतेनुसार आणि निकष पडताळून सरळ, व्यावहारिक आणि प्रभावी बनवलं गेलं आहे. या संस्थेच्या प्रबोधनपद्धतीच्या भिन्न पैलूंना (शिक्षण, निरीक्षण आणि गुणवत्ता) स्वतंत्र गुणवत्ता परीक्षकांद्वारे (Quality Auditors) क्रमबद्ध पद्धतीने पडताळलं गेलं. त्यानंतर या पैलूंना ISO 9001:2015 साठी पात्र समजून या बोधपद्धतीला हे प्रमाणपत्र प्रदान करण्यात आलं. या फाउंडेशनचे लक्ष्य आहे नकारात्मक विचारांकडून सकारात्मक विचारांकडे वाटचाल.

तेजज्ञान फाउंडेशन परिचय

हॅपी थॉट्स तेजज्ञान यूट्यूब चैनल

महाआसमानी - अल्प परिचय

Self Delelopment to Self Realization Towords Self Stabilizaion

तुम्हाला सर्वोच्च आनंद हवाय? असा आनंद, जो कोणत्याही बाह्य कारणावर अवलंबून नाही... जो प्रत्येक क्षणी वृद्धिंगत होतो. या जीवनात तुम्हाला प्रेम, विश्वास, शांती, समृद्धी आणि परमसंतुष्टी हवी आहे का? शारीरिक, मानसिक, सामाजिक, आर्थिक आणि आध्यात्मिक अशा आयुष्याच्या सर्व स्तरांवर यशस्वी होण्याची तुमची इच्छा आहे का? 'मी कोण आहे' हे तुम्हाला अनुभवाने जाणावंसं वाटतं का? तुमच्या अंतर्यामी अशा सर्व प्रश्नांची उत्तरं जाणण्याची इच्छा आणि 'अंतिम सत्य' प्राप्त करण्याची तृष्णा असेल, तर तेजज्ञान फाउंडेशनतर्फे आयोजित 'महाआसमानी शिबिरा'त तुमचं स्वागत आहे. हे शिबिर सरश्रींच्या मार्गदर्शनावर आधारित आहे.

महाआसमानी अल्प परिचय

हॅपी थॉट्स सरश्री (इंग्लिश) यूट्यूब चैनल

‘सरश्रीं’द्वारा रचित पुस्तकांची माहिती

सरश्रींनी विविध विषयांवर १५० हून अधिक पुस्तकं लिहिली आहेत. त्यांपैकी ‘विचार नियम’, ‘स्वसंवाद एक जादू’, ‘शोध स्वतःचा’, ‘स्वीकाराची जादू’, ‘निर्णय आणि जबाबदारी’, ‘निःशब्द संवाद एक जादू’, ‘संपूर्ण ध्यान’ इत्यादी पुस्तकं बेस्ट सेलर झाली आहेत. ही पुस्तकं दहापेक्षा अधिक भाषांमध्ये अनुवादित असून, पेंगुइन बुक्स, हे हाउस पब्लिशर्स, जैको बुक्स, मंजुळ पब्लिशिंग हाउस, प्रभात प्रकाशन, राजपाल अ‍ॅण्ड सन्स, पेंटागॉन प्रेस आणि सकाळ प्रकाशन इत्यादी प्रमुख प्रकाशन संस्थांद्वारे ती प्रकाशित झाली आहेत.

विचार नियम

आपल्या यशाचे रहस्य

विश्वास नियम

सर्वोच्च शक्तीचे सात नियम

पुस्तकं ऑर्डर करण्यासाठी लॉग इन करा

– www.gethappythoughts.org

पुस्तकांच्या अधिक माहितीसाठी संपर्क करा–

फोन नं.: 09011013210

तेजज्ञान फाउंडेशनच्या सोशल मिडिया ॲक्टिव्हिटीज

तेजज्ञान इंटरनेट रेडियो

तेजज्ञान इंटरनेट रेडिओद्वारे २४ तास ३६५ दिवस, सरश्रींच्या प्रवचन आणि भजनांचा लाभ घ्या. त्यासाठी पाहा लिंक

http://www.tejgyan.org internetradio.aspx

Tejgyan Internet Radio on all platforms like Android, iPhone, iPad and Amazon

यू ट्यूबद्वारे प्रार्थनेमध्ये सहभागी होऊ शकता.

गुड मॉर्निंग प्रेयर दररोज़ सकाळी 6.15am-6.25am

ध्यान प्रार्थना बीज :

3.30pm-3.45pm & 9pm -9.15pm

शिबिर – Train & Boost Your Immunity

उत्तम असेल आपली रोगप्रतिकारशक्ती,

तरच होईल आपली स्वास्थ्याशी युक्ती

शिबिर – श्राद्ध और पितृदोष युक्ति

पूर्वजांसाठी मुक्ती प्रार्थना कशी करावी

Liberation from Ancestral Karmic Bondage

शिबिर – हॅपीवाले रिश्ते

जीवित रिश्तों का लक्ष्य

– जितृ पक्ष

यूट्युबच्या साहाय्यानेदेखील सरश्रींच्या प्रवचनांचा लाभ घेऊ शकता.

आजच यूट्युब चॅनलला सबस्क्राइब करा.

YouTube **channels**

Happy Thoughts - Tejgyan

Sirshree - Tejgyan

Happy Thoughts - Parma Gyan

*****Voice of Happy Thoughts App**

Registration link : https://happythoughts.co/

Contact No. : 7447797317

Voice of Happy Thoughts

• Follow Us •

www.ingramcontent.com/pod-product-compliance
Lightning Source LLC
LaVergne TN
LVHW040441051026
849517LV00002B/701
* 9 7 8 9 3 9 0 6 0 7 6 4 8 *